इन्टिमेट

I0678655

वपु काळे

मेहता पब्लिशिंग हाऊस

All rights reserved along with e-books & layout. No part of this publication may be reproduced, stored in a retrieval system or transmitted, in any form or by any means, without the prior written consent of the Publisher and the licence holder. Please contact us at **Mehta Publishing House**, Pune.

Email : production@mehtapublishinghouse.com

author@mehtapublishinghouse.com

Website : www.mehtapublishinghouse.com

◆ *या पुस्तकातील लेखकाची मते, घटना, वर्णने ही त्या लेखकाची असून त्याच्याशी प्रकाशक सहमत असतीलच असे नाही.*

INTIMATE by V. P. KALE

इन्टिमेट : वपु काळे / कथासंग्रह

© स्वाती चांदोरकर व सुहास काळे

मराठी पुस्तक प्रकाशनाचे हक्क मेहता पब्लिशिंग हाऊस, पुणे.

प्रकाशक   : सुनील अनिल मेहता, मेहता पब्लिशिंग हाऊस,
              १९४१, सदाशिव पेठ, माडीवाले कॉलनी, पुणे – ४११०३०.

मुखपृष्ठ   : चंद्रमोहन कुलकर्णी

प्रकाशनकाल : २५ मार्च, १९८० / २५ मार्च, १९८६ / १४ डिसेंबर, १९९४ /
              जून, २००२ / ऑगस्ट, २००३ / जून, २००५ /
              डिसेंबर, २००६ / जून, २००८ / नोव्हेंबर, २००९ / मार्च, २०११ /
              जून, २०१२ / एप्रिल, २०१३ / जून, २०१४ /
              डिसेंबर, २०१५ / जुलै, २०१७ / पुनर्मुद्रण : डिसेंबर, २०१८

P Book ISBN 9788177663198

E Book ISBN 9788184989427

E Books available on : play.google.com/store/books

www.amazon.in/b?node=15513892031

प्रिय
अनुपमा आणि **अजय**,
तुमच्या वास्तूत
मी दोनच दिवस वास्तव्य केलं
आणि
'इन्टिमेट' शब्दाचा अर्थ नव्यानं समजला.
वपु

अनुक्रमणिका

"फ्रॉम कमिशनर्स डेस्क"

"फ्रॉम कमिशनर्स डेस्क"
असा अग्रभागी छाप असलेला कागद डीनसाहेबांच्या टेबलावर येऊन पडला. वरती तो छापलेला मजकूर आणि खाली 'एक्स्पेक्टेड डेट'चा तारखेनिशी रबरी शिक्का.

डीननी फोन उचलला.

लिखितेंच्या टेबलावर फोन वाजला, तेव्हा नुकतंच त्यांनी पान जमवलं होतं. मनातल्या मनात जळफळत त्यांनी फोन उचलला.

"लिखिते..."

"येऽऽस्स..."

लिखित्यांच्या तोंडात पान आहे, हे निव्वळ त्यांच्या गुळगुळीत उत्तरावरून डीननी ताडलं. त्यांना पान थुंकायला लावायचा आसुरी आनंद मिळवायचा, की त्यांना ते एन्जॉय करून देण्याचा सात्त्विक आनंद मिळवायचा ह्याचा डीननी क्षणभर विचार केला.

तोच लिखिते म्हणाले,

"स्ऽऽ एक मिनि..."

"लिखिते, फक्त ऐकून घ्या. उद्या साडेनऊ वाजता एक मीटिंग बोलवा. त्यात डिस्पेन्सरीवाले, ओपीडी सिस्टर, मेडिसिन स्टोअर क्लार्क, सिक्युरिटी ऑफिसर, वॉर्ड ऑफिसर आणि तुम्ही."

लिखित्यांच्या प्रतिक्रियेची वाट न बघता डीननी फोन बंद केला.

सेवानिवृत्तीच्या वयाला आलेले, शेवटचे दीड-दोन वर्षच राह्यलेले डीन अजून तसे टवटवीत होते. त्यांना कपड्यांचा शोक होता. रंगसंगतीबाबत ते काटेकोर होते. समोरच्या माणसातही तो छंद त्यांना दिसला, तर त्या माणसाचं कोणतंही काम ते करीत असत.

कोणतंही म्हणजे जे काम करताना त्यांची इस्त्री बिघडणार नाही, असं कोणतंही.

कुणाबद्दल आकस न ठेवणारे, पण निश्चित धोरण जाहीर न करणारे डीन म्हणूनच लाडके नसले तरी न खुपणारे होते.

सव्वानऊ वाजता ते मीटिंगसाठी सर्वांच्या आधी स्थानापन्न झाले होते. वॉर्ड ऑफिसर त्रिलोकेकर धापा टाकीत आले. त्यांची गाडी नेहमीप्रमाणेच आजही सुरू व्हायला तयार नव्हती. डीनसाहेबांच्या अगोदर आपण आलो होतो, हे दाखवण्याची संधी आजपण हुकली होती. कोऱ्या कागदांचा एक गठ्ठा त्यांच्या हातात होता. श्वास न घेता मेमो पाठवण्याबद्दल त्रिलोकेकरांची ख्याती होती. टिटाघरच्या कागदाच्या कारखान्यात त्यांचा एक मुलगा नोकरीला असल्यामुळे, स्टेशनरीसाठी त्यांना कधी म्युन्सिपालिटीवर अवलंबून राहावं लागत नाही, असं काही डॉक्टर्स गंमतीनं म्हणत असत. मीटिंग संपवून ऑफिसर्स आपापल्या खोलीत पोहोचण्यापूर्वी मीटिंगची मिनिट्स खोल्याखोल्यांतून जात असत.

खुर्चीवर बसण्यापूर्वीच ते म्हणाले,

“सर, काय झालं?”

“तुमची गाडी स्टार्ट होईना, असंच ना?... डोण्ट वरी. तुमची गाडी सुरू झाल्यावर, नंतर जोपर्यंत थांबते तोपर्यंत काळजी करायची नाही. किती वाजले?”

“साडेनऊ झाले. सगळे यायला हवेत. काल मी सगळ्यांना मेमो पाठवलेत. ह्या ऑफिस कॉपीज्—”

त्यांचं वाक्य संपायच्या आत लिखिते आले. मीटिंग संपेपर्यंत पान जमवता येणार नाही, ह्या जाणिवेनं ते अस्वस्थ आहेत, असं डीनना क्षणभर वाटलं.

“साहेब, आजची मीटिंग...”

डीननी ‘फ्रॉम कमिशनर्स टेबला’वरचा कागद तसाच त्यांच्या हातात दिला.

“मला काहीजणांनी विषय विचारला होता..” डीन हसून म्हणाले, “विषय समजला म्हणजे माणसं भूमिका ठरवून येतात. थोडासा गोंधळ उडालेला बरा असतो.”

त्रिलोकेकर म्हणाले,

“सब्जेक्ट मलाही माहीत नाही.”

लिखित्यांनी तोच कागद पुढे सरकावला.

ओपीडी सिस्टर हातात रजिस्टर घेऊन आल्या. हॉस्पिटलमधल्या बाराशे पेशंट्सपैकी कुणालाही काहीही झालं, तरी आपल्यालाच जाब द्यावा लागणार आहे, ह्या कल्पनेनं त्या कायम पांढऱ्या पडलेल्या असत. त्यात मीटिंग वगैरे म्हटलं, की आदल्या दिवशी कॉम्पोझची गोळी ठरलेलीच.

त्या टेबलाजवळ येत उभ्या राह्यल्या. त्यापूर्वी त्या ‘गुड मॉर्निंग’ म्हणायला विसरल्या नाहीत.

“बसा!”

''इट्स ऑलराइट सर.''
''मीटिंग संपेपर्यंत उभ्या राहणार आहात का?''
सिस्टर बसल्या, पण खुर्चीच्या टोकावर. म्हणजे मनातल्या मनात त्या उभ्याच होत्या.

मेडिसीन स्टोअर्सचे पेंडसे हा एक निराळाच नमुना होता. त्यांच्याकडे पाह्यल्यावर वाटायचं, की लेखक किंवा कवीच केवळ जन्मावा लागतो असं नाही, तर मेडिसीन स्टोअर इन्चार्ज पण जन्मावाच लागतो. मुळात माणूस अबोल, त्यात बेसमेंटमधे निम्मं आयुष्य गेलेलं. त्यामुळं अबोलतेबरोबरच थोडी गूढताही त्या व्यक्तिमत्त्वात आलेली. ह्या माणसाला 'पेंडसे' म्हणून स्वत:चं आयुष्य नव्हतंच. 'सिल्व्हर स्पून इन माउथ' ह्या उक्तीप्रमाणे पेंडसे जन्माला येताना, वळलेल्या मुठीत एखादी कॅप्सूल घेऊन जन्माला आले असावेत, हा लिखित्यांचा शोध. एक साधं धोतर, डोक्याला काळी टोपी, अंगात फुल बाह्यांचा रेघारेघांचा शर्ट आणि गळ्यापर्यंत सगळी बटणं लावलेली. म्हणजे चुकून बोलावंसं वाटलं, तर गळ्याजवळच्या बटनानं काही शब्द अडवावेत.
डीनना मानेनंच नमस्कार करीत ते समोरच्या खुर्चीवर न सांगता बसले.

सिक्युरिटी ऑफिसर जगदाळे आडदांडपणे डीनच्या खोलीत घुसले आणि त्यांनी डीननाच धडकी भरेल अशा तऱ्हेनं अटेन्शनमधे एक सलाम ठोकला. कडक इस्त्रीचे खाकी कपडे, चकाकणारी बटणं आणि बक्कल, पॉलिशचा पट्टा आणि बूट, हातात रोझवूड पॉलिशचा दोन फूट लांबीचा गुळगुळीत दांडू आणि चेहऱ्यावर, 'बोला, कुणाला पकडू?' असं कायम प्रश्नचिन्ह.
बंद खोलीत ह्या माणसाला एवढा जोर कसा येतो, असं स्वत:ला विचारीत, डीननी जगदाळ्यांना बसायची खूण केली.
डिस्पेन्सरीमधील मुख्य कंपाउंडर यादवांनी दरवाजा लोटला.
''मे आय कम इन सर?''
''या, यादव, या...''
डीनचं वाक्य पुरं व्हायच्या आत यादव स्थानापन्न झालेले होते. कोणती ना कोणती टूर्नामेंट चालली आहे आणि ती आपल्याला जिंकण्याशिवाय गत्यंतर नाही, अशा त्यांच्या हालचाली असत.
इथंही त्यांना सवड नव्हती. लिखित्यांकडे बघत ते म्हणाले,
''कशाला बोलावलं हे कळवलंच नाहीत..!''
डीन म्हणाले,

“यादव...”

त्यांना थांबवीत यादवांनी खिशातून कागद काढला.

“बघा, काय मनचं सांगतो काय? —वाचा. नुसतं ‘डीनसाहेबांनी बोलावलंय.’ बाकी काही नाही. मेमो पाठवायची घाई ना!”

त्रिलोकेकर खवळून म्हणाले,

“जेवढं माहीत होतं तेवढं कळवलं.”

डीन गप्प राह्यले. परस्पर एकमेकांना जेवढे टोले बसतील तेवढे त्यांना हवेच होते. दोन मिनिटं त्यांनी होणारी जुगलबंदी रसिकतेनं ऐकली. तेवढ्यात फोन वाजला. सर्वांना थांबवीत ते फोनकडे वळले.

फोन घेऊन त्यांनी सिस्टरला विचारलं,

“तुमच्या खिडकीची एक काच बसवली, असं गुमास्ते म्हणतोय.”

“साहेब, ती आठ दिवसांपूर्वीच बसवली, पण ती बसवताना त्यांच्या सुतारानं दुसरी फोडली, त्याच्यावर गुमास्ते गप्पच आहेत.”

त्रिलोकेकर म्हणाले,

“सर, मी नंतर त्यांना फोन करीन; आणि मेमो पाठवीन.”

डीननी फोन बंद केला आणि सगळ्यांकडे पाहत ते म्हणाले,

“आपण का आलोत ते सांगतो. आपल्या ह्या हॉस्पिटलमधे औषधांच्या चोऱ्या फार वाढल्या आहेत. त्या कमी कशा करता येतील, ह्याचा विचार करायचा आहे.”

—यादवनं पटकन विचारलं,

“अशा चोऱ्या सगळ्याच ठिकाणी होत असणार!..”

“शक्य आहे.”

“इतर सार्वजनिक हॉस्पिटल्सचे आकडे मिळवायला हवेत.”

डीन शांतता न सोडता म्हणाले,

“तेही गरज वाटली तर करू.”

त्रिलोकेकर पेन सरसावून म्हणाले,

“सगळ्या डीन्सना कळवू का?”

“अगोदर आपण आपलं पाहू. कमिशनरना काय कळवायचं, त्याचा विचार व्हायला हवा.”

कमिशनरना माहिती हवी म्हटल्यावर सर्व जण गप्प बसले. प्रत्येकानं हिरिरीनं बोलावं ही डीनची अपेक्षा. पण सगळे शांत.

“आपल्याकडे चोऱ्या होतच नाहीत, असं कुणाला म्हणायचं नाही ना?”

“नाही.. तसं नाही पण...”

“काय, सिस्टर...”

"सर, मी काय सांगणार?"
डीनना तेवढ्यात काही आठवून त्यांनी विचारलं,
"मागे एका वॉर्डबॉयला तर तुम्हीच रेड हँडेड पकडून दिलं होतं, त्याचं काय झालं?"
लिखिते पटकन म्हणाले,
"त्याची फक्त चौकशी झाली आणि सगळं सिद्ध होऊनही बदली झाली."
सिस्टर म्हणाल्या,
"तेवढ्यासाठीच तो ज्या हॉस्पिटलला आता आहे, तिथं माझी बदली करू नका, असं मी तुम्हांला सांगायला आले होते. तर वॉर्ड ऑफिसर माझ्यावरच चिडलेले तेव्हापासून..."
त्रिलोकेकरांनी सिस्टरकडे नुसतं पाहिलं. तेवढ्यात डीन म्हणाले,
"असं अधूनमधून व्हायचंच. सिस्टर, तुम्ही आणखी दोघांची नावं सांगणार होतात ना?"
"होय सर."
"सांगून टाका."
लिखिते म्हणाले,
"साहेब, काय उपयोग होणार त्याचा?.. त्यांच्या फक्त बदल्या होतात. म्हणजे फक्त आपला त्रास दुसऱ्याच्या मागे. कुठंही असली माणसं पाठवली, तरी लॉस कॉर्पोरेशनचाच."
"चालेल काही दिवस. त्यांचं रेकॉर्ड तर खराब होतं. सोशल वर्क म्हणून प्रत्येकानं अशा गोष्टी उजेडात आणायला हव्यात. तेव्हा सिस्टर, ती दोन नावं तुम्ही जगदाळ्यांना द्या. ते वॉच ठेवतील."
"नाही साहेब.. मला ते जमायचं नाही."
"का बरं?"
"चाकू, सुऱ्या घेऊन हिंडतात साहेब, ही पोरं."
लिखिते म्हणाले,
"व्हॉट शी सेज इज करेक्ट."
"आणि साहेब, त्यांच्यापैकी एकानं मला सरळ सरळ धमकी दिली आहे, की कुठं बोललात तर मुडदा पाडीन..!"
"अरे, काय, मोगलाई आहे काय!.. फासावर जाईल..!" यादव पटकन म्हणाले.
सिस्टर काहीशा चढ्या आवाजात म्हणाल्या,
"यादव, माझा मुडदा पडल्यावर नंतर त्याचं काही का होईना! मला काही व्हायच्या आत त्याचं काहीतरी व्हायला हवं."

जगदाळ्यांकडे पाहत यादव म्हणाले,
"तेवढ्यासाठी तर खरं सिक्युरिटी ऑफिसर्स ठेवलेत; पण ते फक्त कडकडीत सलाम ठोकतात... आणि तेही केबिनमधे."
"मि. यादव..." जगदाळे ओरडले, पण डीननी त्यांना हातानं थांबवलं आणि ते म्हणाले,
"प्रेझेंट पार्टी एक्स्क्लूडेड. तेव्हा जगदाळे, यू काइंडली लुक इंटू इट."
"सिस्टरनी फक्त नावं सांगावीत. पुढे मी पाहतो..."
डीननी सिस्टरकडे पाह्यलं.
नावं सांगायची ह्या कल्पनेनंच सिस्टर आणखी पांढऱ्या पडल्या. त्यांची अवस्था बघत यादव म्हणाले,
"डोन्ट वरी. मी कॉम्पोझ पाठवून देईन."
डीननी विचारलं,
"हा काय प्रकार आहे?"
लिखिते म्हणाले,
"त्या फार लवकर डिप्रेस होतात!"
"ठीक आहे सिस्टर, आय डोन्ट इन्सिस्ट... पण अशा ह्या वॉर्डबॉइज्चा बंदोबस्त करायला हवा."
लिखिते म्हणाले,
"ते साहेब जमायचं नाही."
"नथिंग इज इम्पॉसिबल..."
त्रिलोकेकर म्हणाले,
"सर, ही फक्त थिअरी झाली. बंदोबस्त वगैरे शब्द उच्चारायचे. सिस्टर नावं सांगत नाहीत, पण मला ती माणसं माहीत आहेत... माझ्या गाडीचे वायपर्स त्यांनीच पळवलेत."
"मग तुम्ही नावं सांगा."
"तुम्ही ओळखाल त्यांना. कार्पोरेटरच्या चिठ्ठ्या घेऊनच दोघं आली होती."
डीन पटकन म्हणाले,
"ओ!... आय सी!"
"म्हणूनच म्हटलं, हा प्रॉब्लेम सुटणारा नाही."
"व्हॉट यू से, इज करेक्ट."
तेवढ्यात जगदाळे म्हणाले,
"साहेब, वॉर्डबॉईज्चा इंटरव्ह्यू घेताना त्यांचं क्रिमिनल रेकॉर्ड क्लीअर आहे, असं सर्टिफिकीट मागवलं पाहिजे."

त्रिलोकेकर म्हणाले,
''त्याचा उपयोग नाही.''
''का?''
''हा प्रयोग पूर्वी केला होता. दुसऱ्या हॉस्पिटलमधे.''
''मग?''
''शंभर रुपये एखाद्या इन्स्पेक्टरला दिले, की क्रिमिनल रेकॉर्डचं सर्टिफिकीट विकत घेता येतं.''
ह्या विधानावर नंतर बोलण्यासारखं कुणाला काही सुचेना. तेवढ्यात पुन्हा फोन वाजला. 'मी चौकशी करतो..' असं म्हणत डीननी फोन खाली ठेवला. वॉर्ड ऑफिसरकडे पाहत ते म्हणाले,
''लिफ्ट पुन्हा बंद पडलीय...''
''मी आता काय करू?... हेड ऑफिसला मी एक मेमो तुमच्या सहीनं आणि नंतर चार रिमाइंडर पाठवले.''
''तुम्ही आता प्रत्यक्ष जाऊन भेटा.''
—यादवला हसणं आवरेना.
''तुम्हांला काहीतरी बोलायचंय?'' डीननी विचारलं.
''बोलू का?''
''बोलण्यासाठीच जमलोत. बोला.''
''साहेब, 'रायटिंगमधे गोष्टी ठेवत जा' असं सांगितलं जातं, म्हणून प्रत्येकजण लिहून ठेवतो. तसं केलं, की 'मेमोला कोण भीक घालतंय? प्रत्यक्ष गेलं पाहिजे,' असं म्हणतात. आणि प्रत्यक्ष संपर्क साधायचा प्रयत्न केला तर म्हणतात, 'पुरावा काय?... लेखी प्रूव्ह करता आलं पाह्यजे.' ''
जमलेली सगळी मंडळी हसली. मुद्दा एवढा बिनतोड होता की, डीनच काय पण पेंडसे पण हसले.
डीननी बेल वाजवली.
शिपाई धावला. डीननी ओव्हरसिअरना बोलावलं. त्याच वेळी सगळ्यांचा चहा आला. चहापान संपेपर्यंत ओव्हरसिअर आला. रिकाम्या कपबशा आणि सर्वांचे समाधानकारक चेहरे पाहून आपल्याला यायला तीन चार मिनिटंच उशीर झाला, हे त्यानं ओळखलं.
''काय, लिफ्टची परिस्थिती काय म्हणते?''
''दोन बंद आहेत.''
''काही करता आलं तर पाहा.''
''तेच चाललंय, साहेब.''

"आणि कमीत कमी सगळ्या मजल्यावर बोर्ड तरी लावा हो, लिफ्ट बंद पडल्यावर. माणसं पंधरा पंधरा मिनिटं उभी असतात.." त्रिलोकेकरांनी एवढं सांगताच डीन म्हणाले,

"थांबा, बोर्डवरून आठवण झाली. तुमच्या त्या पेंटरला पाठवून द्या."

"साहेब, तो रजेवर आहे."

"त्याला आठवण करा. मागच्या आठवड्यात मी त्याला सांगितलं होतं की, 'लिफ्ट बंद आहे' अशा पाट्या जरा डेकोरेटिव्ह करता आल्या तर करून दे. कुणीतरी खडूनं कार्डबोर्डवर पाटी खरडतं, ती सुतळी वेडीवाकडी लोंबत असते. लुक्स शॅबी! तेव्हा चांगले बोर्ड करवून घ्या."

पेंडसे मनात म्हणाले,

'हेच ढोंग. लिफ्ट कधीच बंद पडता कामा नये, असं सांगण्याऐवजी पाट्या डेकोरेटिव्ह करायच्या.'

तेवढ्यात मस्टरवर सही करायला येणाऱ्या अनेक ऑनररीज्पैकी एक ऑनररी डॉक्टर सही करून तिथेच थांबले. आत्तापर्यंत जेवढे येऊन गेले, त्यांनी मीटिंगकडे पाहिलंच नाही. डीनना अभिवादन करीत त्यांनी विचारणा केली. डीननी मीटिंगचं प्रयोजन सांगताच ते पुढे आले.

"मला थोडं सांगायचंय, सांगू का?"

"अवश्य."

"मला कंपाउंडरबद्दल बोलायचंय."

यादवांनी चमकून पाह्यल्याबरोबर ऑनररी म्हणाले,

"जो प्रकार घडला तो सांगतो. ह्यांनीच तो केला असं मी म्हणत नाही."

डीन पुन्हा हसून म्हणाले,

"प्रेझेंट पार्टी एक्स्क्लूडेड."

ऑनररी हसून म्हणाले,

"आम्ही जेवढी औषधं लिहून देतो, तेवढी सगळी... म्हणजे समजा, टेरामायसिनच्या दहा कॅप्सूल्स लिहून दिल्या आणि कंपाउंडरनं सहाच दिल्या, तर... म्हणजे... व्हॉट इज द चेक?"

यादव काहीतरी चिडून बोलणार, तोच डीन म्हणाले,

"असं होत असेल असं वाटत नाही."

"त्यातले काही पेशंट्स मला भेटले, म्हणूनच मी स्टेटमेंट केलं. असं चारपाच वेळा घडलंय... तुम्ही विचारच करताय, तेव्हा चोऱ्या होण्याची एक पॉसिबिलिटी मी सांगितली."

यादव ताडकन म्हणाला,

''डॉक्टरसाहेब, विषय काढलात ते बरं केलंत. आता दोन मिनिटं बसा.''
डॉक्टर थांबले. यादव म्हणाला,
''डीनसाहेब, मी डॉक्टर नाही; मला अधिकार नाही, तरी कॉमन मॅन म्हणून सांगतो. ह्या डॉक्टरांबद्दल बोलतो असं नाही.''
''प्रेझेंट पार्टी...''
''म्हणूनच सांगतो. ॲन्टिबायोटिक्ससारखी महागडी औषधं फुकट मिळतात, म्हणून त्याचा पेशंटवर मारा करायचा, हे कितपत बरोबर आहे? किती डॉक्टर्स भरमसाट यादी देताना ह्याचा विचार करतात, हे कुणी सांगेल का? —किती पेशंट्स ...तेही झोपडपट्टीत राहणारे —त्यातल्या एकूणएक गोळ्या घेतात?''
डॉक्टर प्रामाणिकपणे म्हणाले,
''यादव म्हणतात ते ठाम चूक आहे असं मी म्हणणार नाही. काही डॉक्टर्सनी विचार करायला हवा, पण हे चोरीच्या सदरात येत नाही.''
लिखिते म्हणाले,
''चोरी नाही, हे खरं. पण टोटल कन्झम्शन ऑफ ड्रग्समधे त्याचाही परिणाम होतो ना! आता स्टोअर्सचे पेंडसेच आपल्याला फिगर्स सांगतील.''
एवढा वेळ गप्प राह्यलेल्या पेंडशांकडे सर्वांनी अपेक्षेनं पाह्यलं, पण ते तसेच होते. पिल्लू सोडून देऊन ऑनररी डॉक्टर घड्याळाकडे पाहत निघाले. त्यांचा आज 'ऑपरेशन डे' होता.
डॉक्टर जायला आणि चेक्सवर सह्या घ्यायला त्याचवेळी नेहमीच्या हेडक्लार्क आल्या. सह्या होताच पेंडशांकडे पाहत त्या म्हणाल्या,
''कधी कधी घरी बोलता ते आता इथं सांगा.''
डीनसहित सगळ्यांनी त्यांच्याकडे पाह्यलं.
डीन म्हणाले,
''म्हणजे...''
''मी मिसेस पेंडसे.''
''कमाल आहे, गेले दोन वर्षं पत्ता लागला नाही. बरं झालं बोललात. मला आता एक माहिती सांगा, पेंडसे घरी पण बोलत नाहीत का?''
''बोलतात—सणावारी.''
मिसेस एवढं बोलून निघून गेल्या.
''पेंडसे, तुम्हांला आता बोलायलाच हवं.''
पेंडसे एक एक शब्द उच्चारीत म्हणाले,
''सर, सहसा मी बोलत नाही. बोललो, तर फार कटू बोलतो, लोकांची मनं दुखावतात. त्याला इलाज म्हणजे मी गप्प बसणं. फ्लॅटरी किंवा खोटं बोलण्यासाठी

वाचेचा वापर मी करू शकत नाही. तेव्हा बोलू की नको, हे तुम्हीच सांगा.''
''अवश्य बोला.''
''फुकट काही वाटणं, हेच मला सहन न होणारं आहे.''
''म्हणजे काय?''
''खानावळीत आमटी फुकट म्हटल्यावर आपण पाच पाच वाट्या संपवतो. भाजीला वाटीचा चार्ज लावल्यावर एका वाटीत भागवतो. औषधाचंपण असंच झालंय. एका केसपेपरमागे एकदाच पाच रुपये घ्या आणि मग पाहा काय परिस्थिती होते ती.''
''ते अशक्य आहे.''
''का?''
''तुम्ही स्वत: निवडणुकीला उभे राहलात, तर तुम्हीही विरोध कराल.''
''असं वाटत नाही.''
''पेंडसे, जोपर्यंत इलेक्शन ओरिएंटेड सगळ्या गोष्टी आहेत, तोपर्यंत तुम्ही आम्ही गप्प बसून नोकरी करायची आहे—''
''मग मीटिंग्ज कशाला?''
''नोकरीतला एक भाग म्हणून. तेव्हा जे आपल्या हातातच नाही, त्यावर चर्चा कशाला? —आपण फक्त औषधांच्या चोऱ्यांबद्दल....''
''मी त्याबाबतच बोलतोय.''
''बोला.''
''सगळी ट्रीटमेंट फुकट म्हटल्यावर आज प्रत्येक हॉस्पिटलमधे जाऊन, दोनदा तीनदा एक्सरे काढणारी माणसं आहेत. हीच माणसं औषधंपण मिळवतात आणि ज्यांना आम्ही फुकट उपचार करतो, त्यांच्या गळ्यात ट्रॅन्झिस्टर्स पण दिसतात. माझं रक्त गरम होतं, म्हणून मी कायम तळघरात कोंडून घेतलंय स्वत:ला... तरीही स्वत:ची जागा न सोडता वर काय चाललंय ते समजतं.''
पेंडसे छान बोलत होते. खरं असूनही ते कटू नव्हतं, कारण त्यात तळमळ होती; जिव्हाळा होता. डीननी आता उत्सुकतेनं विचारलं,
''काय समजतं?''
''तुम्ही फक्त एखाद्या-दुसऱ्या वॉर्डबॉयनं काय ज्या दोनचार चोऱ्या केल्या असतील त्यांच्या काळजीत आहात. मला त्याच्यापेक्षा मोठ्या चोरांची टोळी माहीत आहे. काणेकर म्हणतात त्याप्रमाणे, छोटे चोर आणि मोठे चोरच. ह्या मोठ्या चोरांपैकी काही चोरांना आज कोणत्या कंपनीचा मेडिकल रिप्रेझेंटेटिव्ह भेटून गेलाय, हे मला बेसमेंट न सोडता समजतं.''
''इज इट? —व्हेरी सरप्राइझिंग! कसं समजतं?''
''दाराशी गाड्या बाळगणारा पेशंटही बरा झाल्यावर तीन तीन टॉनिक्स घेत नाही.

एकाच कंपनीची तीन तीन टॉनिक्स जेव्हा आठ आठ दिवस सुचवली जातात, तेव्हा कळतं. त्या कंपनीचा एजंट तीन-चार रुपयेवालं बॉलपेन भेट म्हणून डॉक्टरमंडळींना देतो. ज्यांच्याकडे एक नंबर आणि दोन नंबरचा वेगळा हिशोब आहे, अशी डॉक्टर मंडळी जेव्हा एका बॉलपेनवर विकली जातात...''

लिखिते मधेच म्हणाले,

''तुम्ही फार बोल्ड स्टेटमेंट करताय. मेडिकल नॉलेज चॅलेंज करायला आपल्याला अधिकार नाही.''

पेंडसे निक्षून म्हणाले,

''तसं म्हणाल, तर आपण काहीच चॅलेंज करू शकणार नाही. मेडिकल नाही म्हणून डॉक्टर्सना सोडायचं, सोशल नाही म्हणून सुरे घेऊन हिंडणाऱ्या वॉर्डबॉईज्ना सोडायचं, पोलिटिकल नाही म्हणून कौन्सिलर्संना...''

डीननी पेंडशांना थांबवताच पेंडसे म्हणाले,

''साहेब, शेवटचं बोलतो आणि पुन्हा गप्प बसतो नेहमीसारखा. काही पेशंट्स इथं महागडी औषधं फुकट मिळवतात आणि त्या त्या डॉक्टर्सना ती औषधं त्यांच्या कन्सल्टिंग रूमवर परत करतात.''

''कशावरून?''

''अशाच एका मान्यवर डॉक्टरच्या डिस्पेन्सरीत माझाच भाऊ कंपाउंडर म्हणून काम करतोय..!''

पेंडशांच्या ह्या विधानावर त्या खोलीत एक जीवघेणी शांतता पसरली. विंडो एअर कंडिशनरचाच काय तो आवाज त्या खोलीत येत राह्यला. कल्पनेपेक्षा मीटिंगला निराळं वळण येत गेलं. पेंडसे तर भलभलतंच बोलत होते, पण ते सगळं खरं होतं. डीनना त्या क्षणी एक अगतिक सूर छळून गेला. ते वॉर्डबॉईज्ना हात लावू शकत नव्हते; सिस्टरला बोलतं करू शकत नव्हते; जगदाळ्यांना 'तुमचा काही उपयोग नाही' असं सुनावू शकत नव्हते; केसपेपरचे पाच रुपये घेऊ शकत नव्हते, आणि ऑनररीज्ना जाब विचारू शकत नव्हते.

ते मग सगळ्यांकडे पाहत राहिले. त्यांना ह्याच स्वरूपाच्या आणखी पाच मीटिंग्ज घ्यायच्या होत्या. ते शांत सुरात म्हणाले,

''दारिद्र्य अनेक प्रकारचं असतं... मानसिक, वैचारिक, नैतिक, आर्थिक, इट इज ॲन एंडलेस अफेअर. स्वत:च्या धर्माबरोबरच एक राष्ट्रीय धर्म असतो. त्या धर्माची आठवण समाजातल्या प्रत्येक घटकाला होणं जरुरीचं असतं. तो चमत्कार जोपर्यंत घडत नाही, तोपर्यंत हे असले प्रकार सर्वत्र घडणार; काही इलाज नाही.''

सगळे गप्प होते.

खूप अस्वस्थ होऊनही फायदा नव्हताच. नॉर्मलला येणं जरुरीचं होतं.

मग डीन वॉर्ड ऑफिसर त्रिलोकेकरांना म्हणाले,
''तुम्ही असं करा, कमिशनरसाहेबांना रिपोर्ट करा की, आम्ही एक तातडीने मीटिंग घेतली. सर्व संबंधित अधिकाऱ्यांना चोऱ्यांचं प्रमाण कमी होण्यासाठी आवश्यक सूचना दिल्या. योग्य ती कारवाई करण्यात येत आहे..''
त्यानंतर सर्वांकडे पाहत ते म्हणाले,
''थँक्यू व्हेरी मच.''

कमिशनर साहेबांच्या सेक्रेटरीला ठराविक तारखेच्या आत सगळ्या हॉस्पिटल्सच्या डीन्सकडून रिपोर्ट आल्याबद्दल समाधान वाटलं. सर्व डीन्स आणि सुपरिटेंडेंट्स योग्य ती कारवाई करणार होते.

हॉस्पिटल्समधल्या चोऱ्यांबाबत काही नगरसेवकांनी अर्धा तास महापालिकेचा हॉल दणाणून टाकला. कमिशनरसाहेबांनी, 'ह्याबाबत संबंधित अधिकारी योग्य ती कारवाई करीत आहेत' —असं सांगताच त्या कर्तव्यदक्ष नगरसेवकांचं लगेच समाधान झालं.

दुसऱ्या दिवशी जाड टाइपात ही वार्ता वर्तमानपत्रवाल्यांना छापायला मिळाल्यानं, किमान एक दिवसाचा, दोन कॉलम मजकुराचा प्रश्न सुटल्यानं त्यांनाही समाधान लाभलं.

हजारो वाचकांनी ते वृत्त वाचलं आणि नगरसेवकांपासून डीन्सपर्यंत सगळे जागरूक आहेत, हे पाहून त्यांचंही समाधान झालं.

जावडेकर, बोला..

जावडेकर, शेवटी ही कथा लिहायला तुम्ही मला भाग पाडलंत, असं मुळीच समजू नका. पण, at the same time, तुम्ही ही कथा वाचायला हवीत.

माझा निरोप घेताना त्राग्यानं हातवारे करीत, माझा हात रागारागानं झटकून टाकीत तुम्ही टिपेच्या आवाजात ओरडलात, ''आता ह्या प्रसंगावर एक गोष्ट लिहा आणि व्हा मोकळे.''

लिफ्टचीसुद्धा वाट न पाहता तुम्ही पाय आपटीत जिना उतरून गेलात.

शंभर आकडे मोजले म्हणजे राग जातो म्हणतात. शंभर पायऱ्या उतरून तुम्ही खाली गेलात, तरी रागावलेलेच होतात.

टॅक्सीचा दरवाजा आपटून तुम्ही गेलात, तरी माझ्या मनात तुमचं वाक्य थयाथया नाचतच होतं...

'आता ह्या प्रसंगावर एक गोष्ट लिहा आणि...'

मी हसलो.

गप्प बसलो.

कोणत्याही प्रसंगाची कथा होते, असं लेखक सोडून इतरांना वाटतं. भाबडेपणानं अनेक माणसं लेखकांना प्रसंग पुरवण्याची धडपड करतात.

तर काही माणसं समोर एखादा लेखक येताच —'आमच्यावर काही लिहू नका हो..' म्हणून हंबरडा फोडतात.

शेंदूर फासलेला प्रत्येक दगड म्हणजे काय 'जागृत' दैवत असतं काय? प्रतिभा जागृत करणारी माणसं आणि प्रसंग निराळेच असतात.

तेव्हा जावडेकर, भलत्याच भ्रमात राहू नका. तुम्ही सांगितलं आणि मी लिहिलं, असं मुळीच समजू नका. ही कथा मी का लिहिली हे तुम्हांला कळणारच आहे. पण त्यासाठी तुम्ही ही कथा वाचायला हवी. तुम्ही आता माझ्या वाङ्मयाची एकही ओळ वाचणार नाही, हे मला माहीत आहे.

''मासिक उघडलं, की प्रथम तुमची कथा वाचतो.'' असं तुम्हीच पहिल्या भेटीच्या वेळी म्हणालात. पण आता माझी कथा दिसताच, 'निरोध'च्या जाहिरातीचं पान जसं आपण पटकन उलटतो, तसं तुम्ही करणार आहात.

तरी ही कथा मी लिहिणार आहे. तुमचे मित्र वाचतील. तुमची मुलगी कौमुदी वाचेल. तिचा माझ्यावर विश्वास आहे. माझी अगतिकता तिनं त्या दिवशी ओळखली होती. जाता जाता तिनं मला तसं केवळ नजरेनं सांगितलं होतं.

आणि जावडेकर,

मला एक अगदी साधी गोष्ट सांगा..

तुमचं माझं काहीही वैर नसताना मी कौमुदीचा गळा कशासाठी कापेन?

त्या प्रसंगानंतर पत्र पाठवून मी तुम्हांला हाच प्रश्न विचारणार होतो. पण तुम्ही पत्र न वाचता फाडणार, हेही मला माहीत होतं. तुमचं गोत्र जमदग्नी. माझंही तेच. ही माणसं किती तापट असतात, हे मला सांगायला नको.

ते आपणा दोघांना माहीत आहे. जावडेकर, त्याचप्रमाणे, ह्या गोत्रातल्या माणसांना अन्यायही सहन होत नाही. माझं तेच झालं आहे.

कथा लिहायची असं आता जे ठरवलंय, ते तुम्ही सांगितलं म्हणून नव्हे, तर खूप सद्भावनेनं एखादी शुभ गोष्ट करायला जावं आणि स्वत:चा काहीही अपराध नसताना पदरी फक्त वाईटपणाच यावा, सद्हेतूचीच शंका घेतली जावी... ह्या जीवघेण्या प्रसंगातून अनेकांना जावं लागतं, त्या सर्वांसाठी ही कथा.

'शुभ गोष्ट' हा शब्दप्रयोग मी मुद्दाम वापरला.

कौमुदीच्या लग्नासाठी तुम्ही संशोधनकार्यास प्रारंभ केलात, त्या निमित्तानं आपली ओळख झाली. आठवत असेलच.

हेही नाकारणार आहात? Alright. मी तुमच्याशी बोलतच नाही.

ज्यांच्यासाठी लिहितोय, आजवर लिहित आलो, त्यांनाच सांगतो.

वाचकांची खुशीपत्रं अनेक येतात. अशा पत्र पाठवणाऱ्या वाचकांपैकी एक 'जावडेकर.' त्यांच्या पत्रातला बराचसा मजकूर इतरांसारखाच होता.

''मासिक उघडल्याबरोबर प्रथम तुमचं नाव अनुक्रमणिकेत पाहतो. नाव नसेल तर अंक तसाच ठेवतो आणि असेल तर फक्त तुमचीच कथा वाचतो.''

ह्या अशा वाक्यांनी प्रथम प्रथम धन्यता वाटायची. आता जरा तटस्थता आली आहे. प्रत्येक लेखकाचा वाचकवर्ग असतोच. त्या त्या लेखकांना जाणारी त्या त्या वर्गाची पत्रं ह्याच स्वरूपाची असणं एकदम स्वाभाविक आहे.

म्हणूनच मी अशी वर्णनं सोडून जावडेकरांना निराळं काही म्हणायचं आहे का, हे पाहू लागलो. आणि तशी वाक्यं दिसताच थांबलो—

माझं आजपर्यंतचं आयुष्य तृप्तीत गेलं आहे. माझ्या मनात कुणाबद्दल सहसा आकस राहत नाही. पण मी चिडलो की चिडलो.
मग मी कुणाचा नाही.
तुमचं लेखन मला असंच स्वच्छ वाटतं. कै. य. गो. जोशी आणि वि. वि. बोकील ह्यांच्या कुटुंबातले तुम्ही आहात, हे माझं तुमच्याबद्दलचं वाङ्मयीन मत.
आणि केवळ ह्याच्याच आधारावर मला माझ्या आयुष्यातील एकमेव आणि शेवटचा प्रश्न तुमच्या मदतीनं सोडवायचा आहे. माझ्यासाठी मी तुम्हांला तुमचा वेळ खर्च करायला लावणार आहे.
मी तुम्हांला तसदी देत आहे, अशी काही विधानं मी करणार नाही. समाजासाठी निव्वळ लेखनापलीकडे तुम्ही आणखीन काही करणं आवश्यक आहे. तेव्हा तुमच्यासारख्या समाजप्रिय, लोकप्रिय व्यक्तींचा थोडा वेळ घेण्याचा माझ्यासारख्यांना पूर्ण अधिकार आहे. तेव्हा कधी येऊ ते कळवा.

तुमचा
जावडेकर.

पत्र वाचून मला गंमत वाटली. त्यांना बोलावून, त्यांच्या आयुष्यातला एकमेव प्रश्न कोणता आहे, ते विचारण्याचं मी ठरवलं. वसुंधरा पत्र वाचून म्हणाली,
"हा गृहस्थ आगाऊच वाटतोय!"
"तर काय! म्हणे तुमचा वेळ घ्यायचा आम्हांला अधिकार आहे. इथं घरातल्या माणसांच्या वाट्यालाच ते येत नाहीत, हे कळवून टाकतो." सुहास म्हणाला.
"जा, वडे कर म्हणावं." इति स्वाती.
मी त्यावरही काही बोललो नाही. मनातल्या मनात मी जावडेकरांच्या वयाचा अंदाज बांधीत होतो.
य. गो. आणि वि. वि. ह्यांच्या पंक्तीतलं एक पान देऊ करणारा तो जावडेकर मला आवडला होता. त्या दोघांचं वाङ्मय वाचणारा माणूस माझ्या पिढीतला नक्कीच नसेल. पुढच्या पिढीचा तर त्याहून नव्हे. 'कडक, धमाल, क्यूऽऽऽट' अशी विशेषणं सर्रास वापरणाऱ्या पिढीचा लेखक कोण आहे, हे अजून समजलेलंच नाही. म्हणजे जावडेकर जुन्याच पिढीतले. धोतर, कोट आणि टोपी. त्याशिवाय कदाचित हातात मूठ वळलेली काठी. सात म्हणजे सात वाजता येणारे. आणि, मुलांच्या हातावर काहीतरी ठेवण्यासाठी आणणारे.

मी उभ्या केलेल्या कलरस्कीमला जबरदस्त धक्का देत जावडेकर एके दिवशी समोर येऊन उभे राह्यले.

माणूस उंचापुरा होता. डोक्यावर भरपूर केस होते. अंगावर सूट होता. माझ्या दोनच अंदाजांना त्यांनी न्याय दिला. एक म्हणजे ते मागच्या पिढीतले होते आणि दुसरं म्हणजे त्यांनी मुलांसाठी खाऊ आणला होता.

"जावडेकर, मुलं मोठी झाली आहेत. त्यांनी खाऊचं वय ओलांडलंय."

"जोपर्यंत आईवडील असतात, तोपर्यंत मूल मूलच असतं."

जावडेकरांनी एन्ट्रीलाच टाळी घेतल्यामुळं, विरोधी पक्षातले मेंबर्स खूश झाले. स्वातीनं तर वाकून नमस्कार करून घराण्याला वळण असल्याचं सिद्ध केलं.

चहापाणी, गप्पाटप्पा आणि अस्मादिकांच्या वाङ्मयाची, त्यांचं तोंड आणि माझे कान फाटेपर्यंत स्तुती संपल्यावर जावडेकरांनी मुख्य विषयाला हात घातला.

"माझी मुलगी लग्नाची आहे."

ह्या विषयात मुलांना इंटरेस्ट नसल्यानं मुलं निघून गेली.

वसुंधरा. तिचा तो पीएच. डी.चा विषय असल्याप्रमाणं थांबली. तिच्याकडे पाहत ते म्हणाले,

"खात्रीचं कूळ मिळणं ही किती अवघड बाब होऊन बसली आहे, ह्याची तुम्हांला कल्पना आहेच.. तुमचा जनसंपर्क मोठा. तेव्हा कुणी असेल तर सांगा."

मी गप्प बसलो. लग्न जमवणं, स्थळं सुचवणं वगैरे बाबतीत मी एकदम औरंगजेब. ह्या प्रकारांची मला का कुणास ठाऊक, भीतीच वाटते.

माझं गप्प बसणं त्यांना चमत्कारिक वाटत असेल, हे मला कळत होतं. पण माझ्याजवळ इलाजच नव्हता. उद्या मला कुणी कथकली नृत्य करून दाखवा म्हटलं, तर मी नाचेन काय?

तोच वसुंधरेनं विचारलं,

"आपल्या मुलीचं वय काय आहे?"

"एकवीस नुकतंच संपलं."

"तुमच्या अपेक्षा साधारण सांगू शकाल का?"

"मी पैशाच्या मागं पळणारा माणूस नाही. तो लायकी असतानाही मिळतोच असं नाही. मला, स्वभाव उत्तम असेल तर कुणीही आवडेल."

तेवढ्यात बेल वाजली. दार उघडलं तर अजित श्रीखंडे.

जावडेकरांकडे पाहताच तो म्हणाला,

"बापू, दोन मिनिटं बाहेर येता का?"

मी बाहेर गेलो.

"पाच रुपये असतील तर द्या."

"एवढंच ना? ये ना आत."

अजित आत आला. त्याचं बोलणं, हसणं, बघणं हे सगळंच इतकं विलोभनीय

होतं, की जावडेकर पाहत राह्यले.

मी अजितला पैसे देताच तो गेला—

''हा मुलगा कोण?''

''हा अजित श्रीखंडे.''

''लग्नाचा आहे, की...''

मी वसुंधरेकडं पाह्यलं आणि तिनं माझ्याकडं.

''नसेल तर तसं सांगा.''

''नाही, तसं नाही. त्याची जरा ट्रॅजेडी आहे.''

''असं? अरेरे! पोरगा छान वाटला.''

''आता आता जरा सावरलाय.''

''काय प्रकार आहे?''

''पहिली बायको गेलीय.''

''अरेरे! फार वाईट झालं. कशानं गेली?''

''डिलिव्हरीच्या वेळी..'' वसुंधरेनं सांगितलं.

''जेमतेम एक वर्ष संसार झाला असेल नसेल!''

''किती दिवस झाले?'' जावडेकरांनी विचारलं.

''मला वाटतं सहा महिने झाले असतील.''

—त्यानंतर मी त्यांना अजितबद्दल मला जेवढी माहिती होती ती सगळी पुरवली. निरोप घेताना जावडेकर म्हणाले,

''मग, आमच्या कौमुदीसाठी तुम्ही प्रयत्न करणार ना?''

''मी प्रॉमिस देत नाही, पण प्रयत्न करीन.''

''एक महान समाजकार्य म्हणून तुम्ही ते केलं पाह्यजेत. संसारात कुणाचं काय चुकतं, हे सांगण्यातच लेखकानं आयुष्य घालवावं हे योग्य नाही. दोन अनुरूप व्यक्तींना एकत्र आणून एक आदर्श पतिपत्नी म्हणजे काय, हे तुम्ही दाखवायला हवं.''

हे बोलत बोलत दरवाजापर्यंत गेलेल्या जावडेकरांना मी हात धरून पुन्हा बसवलं.

''दोन मिनिटं थांबा, तुम्ही एक नवाच विचार उपस्थित केलात. तेव्हा थांबा..''

''तुम्हांला राग आला का?''

''मुळीच नाही. मी प्रयत्न करीन असं म्हणालो त्याचं कारण निराळं आहे. माणसाची गॅरंटी नाही, म्हणून मी लग्नाच्या भानगडीत पडत नाही. आपल्याला माहीत असलेला मुलगा किंवा मुलगी, नवरा आणि बायको ही दोन नाती वगळून एरव्ही कशी आहेत तेवढंच माहीत असतं. आय. एस. आय. कंपनीचा शिक्का ज्यावर कधीही मारता येणार नाही, असं 'माणूस' नावाचं एक और यंत्र आहे.''

"तुमच्याकडं गॅरंटी कुणी मागितलीय?"
"तरी भीती वाटते. जमवलेल्या लग्नात दोघंही सुखी झाली तर प्रश्न नाही. पण त्यांची भांडणं व्हायला लागली तर..."
जावडेकर पटकन म्हणाले,
"भटजीला कुणीही जाऊन मारत नाही."
मी हसलो.
जावडेकर हुरुपानं म्हणाले,
"मला तुमचा तो श्रीखंडेसुद्धा आवडला."
"पण बिजवर..." वसुंधरा म्हणाली.
"ते विसरावं इतका चांगला आहे." जावडेकर म्हणाले.
"तुम्ही एकदा कौमुदीला घेऊन या. तिला पाह्यल्यावर अजितला विचारीन."
"चालेल."

कौमुदीला पाह्यल्यावर माझं आणि वसुंधरेचं दोघांचं मत एकच पडलं. बिजवराचा डाग सोडल्यास अजितमधे काहीही दोष नसूनही कौमुदी इतकी चांगली होती, की तिला प्रथम वरच मिळणं न्यायाचं ठरलं असतं. पण जावडेकर ऐकेचनात.
मग तो समारंभ करायचं ठरलं.
दिवस पक्का झाला.
कौमुदी, जावडेकर, अजित आणि आम्ही. गप्पा रंगात आल्या. एकमेक एकमेकांना पसंत पडली, हे त्यांच्या गप्पांवरून, सूचक हसण्यावरून, पाहण्यावरून सहज समजत होतं. मग मधेच, त्या दोघांनाच बोलून द्यायचं म्हणून आम्ही सगळे दुसऱ्या खोलीत गेलो.. आणि तेवढ्यात बेल वाजली. मी ब्लॉकचा दुसरा दरवाजा उघडायला धावलो; अजित-कौमुदीच्या गप्पांत भंग नको म्हणून. पण तोपर्यंत अजितनंच तिकडून दार उघडलं,
"सापडलात किनई...!" कुणीतरी बाई होती ती.
"तू इथं का आलीस? चालती हो." अजित ओरडला.
—आम्ही सगळेच बाहेर आलो.
मी आणि वसुंधरा सर्द झालो.
दरवाजात अजितची पहिली बायको —माधवी उभी होती.
"हा काय प्रकार आहे?" —जावडेकरांनी विचारलं.
"तुम्ही कोण?" —माधवीनं विचारलं.
"मी जावडेकर."
"ह्या मुलीचे वडील?"

"होय.''

"हिला दाखवायला आणलीत?''

"होय.''

"मग ऐका. मी ह्या माणसाची पहिली बायको. मी अजून जिवंत आहे आणि माझ्यावर विश्वास नसेल, तर ह्या लेखकमहाशयांना विचारा.''

इतकं सांगून स्वत:च दार ओढून घेऊन ती निघून गेली.

आमच्या दोघांचे पडलेले चेहरे पाहून जावडेकरांनी विचारलं,

"काय हो, तुम्हांला हे शोभलं का?''

मी अजितकडे पाह्यलं. तोच आम्हांला वाचवू शकणार होता.

पण कसलाही उलगडा न करता तो, 'माधवीऽऽ' असं ओरडत बाहेर पळाला आणि नंतर लगेच, जमदग्निगोत्रकुलोत्पन्न जावडेकर माझ्याकडे वळत म्हणाले,

"मला तुम्ही असं फसवायला नको होतं..!''

"जावडेकर...''

"मला काही सांगू नका.. मी ऐकणार नाही... ऐकलं तरी माझा विश्वास बसणार नाही. चार सामान्य माणसांपेक्षा तुम्ही मोठे आहात... समाज तुमच्याकडे चोवीस तास पाहत असतो. तुमच्या शब्दांना निराळं वजन असतं. तुम्ही हा फसवण्याचा धंदा करू नये. काळा बाजारवाले आणि तुम्ही ह्यात फरक काय?''

"अहो, पण.''

"विश्वासानं मांडीवर झोपणारा आणि झोपेत त्याचा गळा कापणारा, ह्यात झोपणारा गुन्हेगार नसतो.''

"जावडे...''

"एक अक्षर बोलू नका. मी जातो.. मी एक छोटा माणूस आहे. तुमचं मी काहीही वाकडं करू शकत नाही. मी झोपणारा माणूस. कापणारा नव्हे. मी लेखक पण नाही. माझ्या हातात तुमची जाहीर धिंड काढायला पेपर पण नाही एखादा. तुम्ही ह्याच प्रसंगावर गोष्ट लिहा आणि व्हा मोकळे.''

"तुमच्या घरी येऊन मी तुम्हाला विषय पुरवलाय. कौमुदी, चल.''

विचार करून डोकं फुटायची वेळ आली, तरी एकाही प्रश्नाचं उत्तर मिळेना.

अजितनं असं का वागावं, हे मला कळत नव्हतं.

अजितबद्दलचा हा प्रश्न छळत होता आणि जावडेकरही अधूनमधून त्या छळात आपली हजेरी लावत होते. एखाद्यानं स्वत:च्या डायरीत उगीचच माझी बिलंदर लोकांत गणना करणं, हे मला फार मानहानीचं वाटत होतं.

आणि ह्याला जबाबदार कोण? तर अजित श्रीखंडे.

ह्याच्याविरुद्ध फिर्याद कुठे न्यायची? —ह्या असल्या घटनांमुळे होणाऱ्या मनस्तापावर न्याय देण्यासाठी कोर्टं असतात काय? मनातल्या मनात ही कोर्टं भरवायची. आपण न्यायाधीश व्हायचं आणि अजित श्रीखंडेसारख्यांना मनात येईल ती शिक्षा ठोठवायची. माझ्या विचारांना मीच हसलो. स्वत: भरवलेल्या कोर्टात मी मला न्यायदेवतेची भूमिका दिली. एखाद्या नाटककंपनीचा मालक स्वत:ला न शोभणारी आणि नैतिक अधिकार नसतानाही जशी बेस्ट भूमिका स्वत:साठी राखून ठेवतो, तसंच मी केलं. उद्या जावडेकरांनी कोर्ट भरवलं तर? तर अस्मादिक आरोपीच!

माझ्या मनात कल्पनेनंच तो खटला सुरू झाला.

"जावडेकरांच्या मुलीचं, फसवून, आपल्या मित्राशी लग्न जमवल्याचा आरोप तुम्हांला मान्य आहे?"

कपाळावरचा घाम पुसत मी 'नाही' म्हणालो. बचावासाठी वकील देण्याचं मी नाकारलं. मग प्रश्नांची फैर झडली—

"अजित श्रीखंडेला तुम्ही किती वर्षं ओळखता?"

"गेली पाचसहा वर्षं."

"तुमची ओळख कशी झाली, आठवतं का?"

"माझा मुलगा सुहास शाळेच्या गॅदरिंगच्या नाटकात काम करीत होता, तेव्हा त्याच्या अभिनयावर खूश होऊन अजितनं त्याची ओळख करून घेतली."

"म्हणजे शाळेतच."

"नाही. घरी येऊन."

"अजितला तुमच्या घराचा पत्ता कसा मिळाला?"

"सुहासला अभिनयाचं पहिलं बक्षीस मिळालं. शाळेच्या मुख्याध्यापकांना भेटून अजितनं पत्ता मिळवला. दुसऱ्या दिवशी सकाळीच तो एक मोठा खाऊचा पुडा घेऊन आला. स्वत:ची ओळख करून दिली. त्यानं सुहासला खाऊ दिला, एकदोन वस्तूही दिल्या. ओळख झाली ती अशी."

"त्यानंतर अजित तुमच्याकडे वारंवार येत राह्यला?"

"वारंवार नाही, अधूनमधून यायचा. पण आला की, खूप वेळ थांबायचा. जेवायला थांब म्हटलं, तर संकोच करीत नसे. येताना सुहास-स्वातीसाठी काही आणायचा. त्याला लहान मुलांची फार आवड होती. तो त्यांना फिरायला घेऊन जायचा. नंतर नंतर आम्हांला तो घरातलाच वाटायला लागला. खूपदा मुलांना त्याच्यावर सोपवून आम्ही बाहेर जात होतो."

"अजित राहतो कुठं?"

"अंधेरीला ढाके कॉलनी आहे म्हणे."

"तुम्हांला माहिती नाही?"

"नाही. त्यानं खूपदा आमंत्रण केलं, पण मला नोकरी, आणि लेखन... कथाकथनाचे कार्यक्रम ह्यातून वेळ मिळाला नाही."

"त्याच्या घरी कोण कोण आहेत?"

"तो आणि वडील. त्याला आई नाही."

"हेही तो सांगतो म्हणूनच ना?"

"असं आता म्हणायला हवं."

"ठीक आहे, पुढे सांगा."

"पुढे तसं काही फार नाही. तो येत राह्यला. तो नोकऱ्या वारंवार सोडायचा. अंगावरचे कपडे कायम भारी. खूप खायला आणायचा, आणि प्रेझेंट्सचा वर्षाव करायचा. माझं प्रत्येक पुस्तक विकत घ्यायचा, म्हणून तर मला तो जास्तच आवडायला लागला. दिसायला तो किती चांगला आहे, हे कोर्ट पाहतच आहे. साहजिकच अनेक मंडळी त्याच्यासंबंधी माझ्याकडे चौकशी करीत होते. पण लग्न जमवण्याच्या बाबतीत मी एकदम नालायक. अजितला 'लाडू केव्हा?' असं मी वारंवार विचारीत असे.."

"त्यावर तो काय म्हणायचा?"

"मान उडवून निघून जायचा."

"अजितचं मग पहिलं लग्न केव्हा झालं?"

"दीड-पावणेदोन वर्षांपूर्वी."

"माधवीचं स्थळ तुम्हीच सुचवलंत का?"

"नाही. त्याचं त्यानंच जमवलं. त्यानं आम्हांला लग्नालापण बोलावलं नाही. एकदा अचानक फिरायला जाताना भेटला, तेव्हा त्यानं बायकोची ओळख करून दिली. लग्न फार घाईत झालं, म्हणून बोलावू शकलो नाही, म्हणाला. मी म्हटलं, काही हरकत नाही. खरं कारण आम्ही दोघांनी ओळखलं होतं."

"काय होतं ते कारण?"

"माधवी त्याला मुळीच शोभणारी नव्हती. तो राजबिंडा, ती एकदम कुरूप. हा गोरापान, ती कोळशासारखी काळी. हा तगडा, ती म्हणजे काठी. कोणत्या म्हणजे कोणत्याही बाबतीत समाधान करून घेता येणार नाही अशी ती. त्यानंतर तो आम्हांला जो भेटला तो एकदम वर्षा-सव्वा वर्षांनंतर."

"घरी आला?"

"नाही. पुन्हा भेटला तो रस्त्यावरच. केस अस्ताव्यस्त, अंगावरचे कपडे चुरगळलेले, डोळे लाल झालेले आणि नजर हरवलेली. मन इतकं भरकटलेलं की, माझ्या तिसऱ्या चौथ्या हाकेनंतर त्यानं मला ओळखलं. कोरड्या आवाजात, आतल्या आत रडत तो म्हणाला, 'माधवी वारली.'

“ ‘कशानं?’ असं मी विचारताच तो म्हणाला, ‘डिलिव्हरीच्या वेळी.’
मग मी त्याला त्याच्या मनाविरुद्ध घरी घेऊन आलो. त्याची खूप समजूत घातली. खूप खूप प्रयासानं मी त्याला माणसात आणला. बोलून बोलून पुन्हा लग्नाला तयार केला. माय लॉर्ड, अजित श्रीखंडेबद्दल मला एवढंच माहीत आहे.”
जावडेकरांच्या कोर्टातली माझी जबानी मी संपवली.
मग मला हलकं वाटलं. कालांतराने जावडेकर माझ्या पटावरून रिटायर्ड झाले आणि मी शांत झालो. सगळ्या विवंचना, दुःख ह्यावर काळासारखं औषध नाही. आपण असं सर्रास म्हणतो तेव्हा नक्की काय होतं?... मी विचार करतो, तेव्हा मला एकच दृश्य दिसतं.
एका मोटारीखाली एक भली मोठी घूस सापडली. जरा वेळ तडफडत असताना तिच्या अंगावरून दुसरी मोटार गेली. मांस बाहेर फेकलं गेलं. त्यानंतर तिसरी. मग चौथी. मग पाचवी. प्रत्येक वेळी तिचं रस्त्यावरचं अस्तित्व हळूहळू नष्ट होत होतं. एकदोन डबलडेकर्स आणि चारपाच ट्रक्स गेल्यानंतर, तर तिची कातडी डांबरी रस्त्याशी एकरूप झाली. शेवटी शेवटी ती रस्त्याचा पापुद्रा बनली.
दुःखं भूतकाळाशी अशीच पापुद्रा बनून राहतात, तेव्हा आपण ‘काळासारखं औषध नाही’ म्हणतो काय?..
आता फक्त अजित असा का वागला, ह्याचं उत्तर हवं होतं.
आणि जावडेकर, मला त्याचं उत्तर अगदी अकस्मात मिळालं, म्हणूनच मी हे सगळं लिहायचं ठरवलं.

टेलिव्हिजनसाठी परवाच एक एकांकिका लिहिली. त्याची एक कॉपी टाइप करून हवी होती. म्हणून बोरीबंदरसमोर असलेल्या क्विक सर्व्हिस इन्स्टिट्यूटमधे गेलो. अनेक दिवस ती पाटी पाहत होतो. कामाचं स्वरूप समजून घेतल्यावर मॅनेजरनं बेल वाजवली. मधला दरवाजा उघडला गेला. दहा-बारा टाइपरायटर्सचा संमिश्र आवाज कानांवर आला. आणि समोर मॅक्सी नेसून आलेल्या मुलीकडे मी पाहतच राह्यलो. ती माधवी होती!
तिनं ओळखलं नाही. मीही ओळख दर्शवली नाही.
संध्याकाळी ऑफिस सुटल्यावर मी पुन्हा तिथं गेलो. इन्स्टिट्यूटच्या खिडक्या बंद होत्या. पण दरवाजा उघडा होता. मॅनेजरच्या खुर्चीवर माधवी बसली होती. हसतमुखानं स्वागत करीत ती म्हणाली,
“सकाळी तुम्हांला मी ओळखलं नाही. टाइप करायला कागद हातात घेतले, तेव्हा नाव वाचलं आणि आता मुद्दाम थांबले, मॅनेजरना सांगून.”
ती मोकळेपणी बोलायला लागली. मीच जरा गप्प होतो. ह्याच मुलीच्या अचानक

येण्यानं, जावडेकर, तुमच्या डायरीत मी काळ्या यादीत गेल्याचं मला आठवून गेलं. तिनं टाइप केलेले कागद हातात ठेवले. त्या नीटनेटक्या कामाकडे मी पाहत राह्यलो. मराठी टाइपरायटरचा टाइप मला मुळीच आवडत नाही. मराठी माणसासारखं त्याचं वर्तन असतं. सगळीच अक्षरं स्वत:ला बंगलेवाली मानतात आणि फटकून स्वतंत्रपणे राहतात. शेजारच्या अक्षराशी ती मुळीच जमवून घेत नाहीत. तरी ते काम मला आवडलं.

मी पाकीट काढलं. माधवी म्हणाली,

"पैसे राहू देत."

"का?"

"एक चांगलं काम केल्याचा आनंद मिळालाय. इथं नेहमी कोर्टकचेऱ्यांची, बिलं बनवायची कामं येतात. साहित्यासाठी एकही मुळाक्षर आतापर्यंत राबलं नाही."

"कबूल आहे... पण इन्स्टिट्यूट म्हटलं म्हणजे..."

"क्विक सर्व्हिसला पैसे पोहोचते झाले आहेत. पावती दाखवू?"

"म्हणजे तुम्ही दिलेत?"

"होय."

"का?"

"एकांकिका फार आवडली म्हणून."

"ती वाचण्यापेक्षा टीव्हीवर पाहायला हवी."

"त्यावेळेला मी इथं असते. इन्स्टिट्यूट रात्री नऊपर्यंत उघडी असते. आजच लवकर बंद झाली आहे."

"रात्री नऊनंतर घरी..."

"एकटीच जाते."

"रोज?"

"हो."

"कुठं राहता?"

"कीर्ती कॉलेजसमोरच्या वाडीत."

"फारच एका बाजूला आहे म्हणजे!"

"काय करणार?"

"एकट्या जात जाऊ नका रोज."

"एवढंच ना! मला मुळीच भीती वाटत नाही. Nature has obliged me." माधवीच्या ह्या विधानावर मी तिच्याकडे पाहत राह्यलो. ती सहजतेनं म्हणाली, "I am self-protected. एकट्यादुकट्या मुलीला ज्यामुळे धोका निर्माण होतो, ती गोष्ट परमेश्वरानं मला दिलेलीच नाही."

बोलता बोलता ती उठली. इन्स्टिट्यूट बंद करीपर्यंत मी थांबलो.
खाली आल्यावर माधवीनं मला विचारलं,
‘‘तुम्ही कसे जाणार?’’
‘‘माझी स्कूटर आहे.’’
‘‘व्हेरी गुड. माझी एक दिवस लोकल टळली.’’
मेट्रोजवळ येताच ती मागून म्हणाली,
‘‘इथं एक मिनिट थांबाल का? आपण झकास कॉफी घेऊ.’’
आम्ही समोरच ‘किट्कॅट’मधे गेलो. माधवीनं एवढ्या मोकळेपणानं वागायला सुरुवात केल्यावर मी म्हणालो,
‘‘तुम्ही त्या दिवशी मला फार संकटात टाकलंत.’’
‘‘इलाज नव्हता. सुक्याबरोबर ओलं जळतं. मी दुसरं काय करायचं सांगा!’’
‘‘मलाही काहीच माहीत नव्हतं. अजितनं मला सांगितलं, की...’’
‘‘—माधवी वारली.’’
‘‘हो.’’
‘‘तसंच ठरलं होतं.’’ ती निर्विकारपणे म्हणाली.
‘‘हा सगळा काय प्रकार आहे, ते मला सांगाल का?’’
‘‘म्हणूनच मी तुम्हांला कॉफीच्या निमित्तानं थांबवलं आहे.’’
‘‘सांगा. माझ्यावर फार ताण पडलाय विचार करून.’’
‘‘काय कारण?’’
‘‘जावडेकरांकडून मला काय काय ऐकावं लागलंय, ह्याची तुम्हांला कल्पना नाही. कारण नसताना बदनामी.’’
माधवी काही निराळ्याच अर्थानं हसली.
‘‘का हसलात?’’
‘‘ह्याच हॉटेलात काही दिवसांपूर्वी एक छोटासा प्रसंग घडला, ते आठवलं. सुटाबुटातल्या एका माणसाला माझा चुकून धक्का लागला. वाट्टेल तसं बसलं तरी ज्याची इस्त्री जात नाही, असा रेमंडच्या जाहिरातीतला सूट त्याच्या अंगावर होता. पण माझ्या धक्क्यानं त्याची इस्त्री गेली.’’
‘‘असं?’’
‘‘ते स्वाभाविक होतं. सौंदर्याचा सौंदर्याला धक्का लागला, तर काही बिघडत नाही—’’
‘‘बरं, ह्याचा जावडेकरांशी काय संबंध?’’
‘‘ज्यांना नाव आहे त्यांना ते एवढं जपावं लागतं! आमच्यासारख्यांना तीही चिंता नाही. अजितशी लग्न झाल्यापासून मी काय काय पचवलं, माहीत आहे?’’

मी नुसतंच मानेनं 'नाही' म्हटलं.

"ऐकणार?"

"जरूर."

"...लहान लहान मुलांचा अतिशय लळा, म्हणून अजित एका शाळकरी मुलाच्या निमित्तानं आमच्या वाडीत यायला लागला. केवळ मुलांचंच नव्हे, तर त्यानं अख्ख्या वाडीचं मन जिंकलं. तुमची आणि त्याची ओळख कशी झाली, हे मला माहीत नाही..."

"ह्याच पद्धतीनं."

"आमच्या वाडीत तो प्रथम माहीमकरांकडे यायला लागला. मग इतर मुलांचा तो अजितदा झाला. वाडीतल्या एकूणएक मुली त्याच्यावर फिदा झाल्या. त्या त्याच्यासाठी मरत होत्या आणि तो कुणाकडेही पाहत नव्हता. तो आला की, मुलं त्याला खेळात ओढीत. 'डबा ऐसपैस'पासून क्रिकेटपर्यंत तो कोणत्याही खेळात भाग घेत असे, मुलांची भांडणं सोडवीत असे; त्यांच्यासाठी अमाप खर्च करीत असे. खाऊ आणला तर सगळ्यांसाठी, असा तो वागायचा. एकदा वाडीतल्या सगळ्या मुलांसाठी त्यानं पतंग आणले. नारळी पौर्णिमेला सत्तर राख्या घेऊन आला. मनगटापासून दंडापर्यंत दोन्ही हात भरून गेले. एकदा सगळ्या बाळगोपाळांना घेऊन तो सर्कसला गेला. मिळणारा भरपूर पगार तो असा उधळायचा."

जरा थांबून माधवी पुढे म्हणाली,

"मी त्यांच्याकडं कधी पाह्यलं नाही."

"का?" —मी विचारलं.

"वाडीतल्या सगळ्या मुलींकडून त्यानं राखी बांधून घेतली. फक्त मला वगळलं. त्या दिवशी मला समजलं की, पुरुषाला केवळ प्रेयसीच देखणी हवी असते असं नाही, तर बहीणही देखणीच हवी असते."

"असंच काही नाही." मी तिला छेडलं.

"वपु, तुम्ही लिहिता, मी अनुभवतेय. Truth is stranger than fiction. हे वाक्य तुम्ही अनेकदा ऐकलं असेल. रागावू नका... पण..."

"Go ahead."

"अजितनं माझ्या ह्या समजालाही धक्का दिला. राखी न बांधून घेण्याचं कारण समजलं ते अचानकच. त्यानं मला मागणी घातली आणि मी मूर्खासारखा होकार दिला."

"मूर्खासारखा..? असं का म्हणता?"

"माझी पात्रता मला माहीत होती. अजितएवढा देखणा पुरुष मला नवरा म्हणून कितीही आवडला असता, तरी परवडला नसता... तरी मी होकार दिला, तो पंधरा

सोळा वर्षांचा सूड घ्यायचा म्हणून.''
''सूड? कुणाचा?''
''वाडीतल्या एकूणएक देखण्या मुलींचा. मला त्या सगळ्या सटव्यांनी कायम कमी लेखलं. दूर ठेवलं. केवळ मी ही अशी म्हणून. सतत पंधरा-सोळा वर्षं मी तो छळ सहन केला. त्या सर्वांना सोडून अजितनं माझी निवड केली, तेव्हा त्यांची दातखीळच बसली. माझ्याविरुद्ध बोलण्याची, माझा पाणउतारा करण्याची त्यांना आता आयुष्यात संधी मिळणार नाही, ह्या आनंदाच्या भरात मी अजितला होकार दिला. सगळ्यांना सोडून तो उघड्या डोळ्यांनी मला का पत्करतोय, ह्याचा विचारही मी तेव्हा केला नाही. आमचं लग्न झालं आणि त्याचंही उत्तर मिळालं.''
माधवी थांबली.
तिची विश्रांती संपेतो मला धीर नव्हता. परिस्थिती पचवलेल्या आवाजात ती म्हणाली,
''तरुण, वयात आलेल्या पुरुषाला बाई ज्या कारणासाठी हवी असते, त्या कारणासाठी अजितला कोणतीही बाई नको होती.. म्हणजे उपयोगच नव्हता..!''
''माधवी...''
आम्ही दोघं गप्प बसलो.
ती सांगू लागली.
''तो घाव मी पचवला. त्यांना शब्दानंही दुखावलं नाही. रडले-भेकले नाही. माझ्या वाडीतल्या पोरींची मी जिरवली, ह्याच मस्तीत मी होते आणि ती मला आयुष्यभर पुरणार होती. माझं लग्न होऊ शकलं, हा आनंदच वपु, इतका मोठा होता, की त्यापलीकडच्या सुखाचा त्याग मी हसत हसत पत्करला. अनेकांचा संसार मुलांशिवाय होतो. माझ्या वाट्याला तोच आहे, हे मी गृहीत धरलं. मी आनंदात कशी राहू शकते, हेच अजितला कळेना. त्यानं मग माझा अप्रत्यक्ष छळ सुरू केला. तो पार्ट्यांना एकटा जाऊ लागला. मला अचानक टेंपरेचर आलं, अशा थापा मारू लागला. दुसऱ्या दिवशी मित्रांचे मला फोन येत असत, प्रकृतीची चौकशी होत असे, तेव्हा मला अजितचा हा खोटेपणा कळत असे. तरी मी शांत होते. अजित सिनेमाचा बेत करायचा. मग मी थिएटरपाशी जायचं. अर्ध्यापाऊण तासानं डोअरकीपर एकच तिकीट देऊन विचारायचा, 'आपण मिसेस श्रीखंडे ना?' मी 'हो' म्हणताच तो सांगायचा, 'आपण बसा. साहेब एवढ्यात येतील. तिकिटं देऊन गेलेत.' आणि वपु, संपूर्ण सिनेमा मी 'मिसेस' ह्या विशेषणाच्या आनंदात एकटीने बघून घरी जात असे. तरी मी त्याला एकदाही जाब विचारायचा प्रयत्न केला नाही. ह्या तऱ्हेच्या सर्व छळाची मला माझ्या वाडीतच खूप तालीम मिळाली आहे, हे त्याला काय माहीत?''
''तुम्ही त्याला एकदाही हटकलं नाहीत?''

"फक्त एकदाच विचारलं."
"काय विचारलंत?"
"माझा गळा का कापलात— म्हणून विचारलं."
"काय म्हणाला?"
"तो म्हणाला, 'एखाद्या सुंदर मुलीच्या आयुष्याची माती करण्यापेक्षा तुझ्यासारख्या मुलीची झाली तर चालेल.' "
मी गप्प बसले, ती कायमचीच. मी त्याला म्हणाले, "माझी कोणतीही तक्रार नाही. अपेक्षाही उरली नाही. आपण असेच राहू. पण तेही त्याला पेलवत नव्हतं. मग मीच त्याला घटस्फोटाबद्दल विचारलं. तेही त्याला पटत नव्हतं. एरवी तो पशूसारखा वागायचा हे सांगत नाही; 'हा माणूस लग्न करीत नाही, त्याअर्थी कुठंतरी काहीतरी गोम असली पाह्यजे' ह्या लोकापवादातून सुटण्यासाठीच त्याला लग्न हवं होतं. तो संसार करूच शकणार नव्हता. अति झालं तेव्हा मी घर सोडलं. 'तुझ्या मार्गात मी कधीही येणार नाही' हे सांगून आणि दिलेलं वचन, जिवात जीव असेतो पाळायचं, असं ठरवून मी पुन्हा वाडीतल्या नागिणींचं विष पचवायला वाडीत आले. माझ्यासारख्या मुली टाकण्यासाठीच जन्माला आलेल्या असतात, हेही सगळ्यांना माहीत होतं. कुणी त्याची चर्चा, चौकशी केली नाही. कुरूप मुलीचं दुःखही कुरूप असतं. तेही मी एकटीनं सोसलं. नोकरी धरली आणि आपण केवळ अजितसाठीच मेलेल्या आहोत असं नसून, जगाच्या दृष्टीनंच कैलासवासी आहोत, असं समजून आता फक्त स्वतःच्या मरणाची वाट पाहायची, असं ठरवलं."

जावडेकर, ही माधवीची कहाणी. इथंच संपलेली किंवा न संपणारी. कीर्ती कॉलेजसमोर असलेल्या वाडीतल्या माधवीची कहाणी केव्हातरी संपेलच आणि ही किंवा अशीच एखादी कहाणी दुसऱ्या वाडीत सुरू होईल.
एव्हाना झालीही असेल.
तुम्ही फक्त एकच प्रश्न विचाराल.
मीही तोच प्रश्न विचारीन —
'मी मेले असं खुशाल सांगा—' एवढा मनाचा मोठेपणा दाखवणारी माधवी त्या दिवशी असं का वागली?
मी ते विचारलं.
ती म्हणाली,
"अचानकपणे एकदा माझ्याच नात्यातल्या माणसाला अजित भेटला. मी मेल्याचं त्यानं त्या माणसालाही सांगितलं. त्या माणसानं काही न दर्शवता 'कशानं गेली—' म्हणून विचारलं.

"अजितनं सांगितलं, 'डिलिव्हरीच्या वेळी गेली.' "

"आम्हांला तेच कारण माहीत होतं."

"—त्यानंतर मी चवताळले. त्यानं एक वेळ कॅन्सरसारखा भयानक रोग सांगितला असता, तरी चाललं असतं. हे कारण मी सहन करणार नाही. तेव्हापासून जिथं जिथं त्याची वाट अडवता येईल, तिथं तिथं मी जाणार आहे.. सगळ्या ठिकाणी मी वेळेपूर्वी पोहोचू शकेन, असं मला वाटत नाही, तरी पिच्छा सोडणार नाही. हे जग फार लहान आहे. जातो कुठे? —असंही वाटतं."

"तुमची ही धावपळ आता कशासाठी..."

"मोठेपणा दाखवायची त्याची पात्रता नाही म्हणून...! मी कुरूप आहे हे मान्य. कुरूपपणावर होणारे घाव मी कधी चुकवले नाहीत. जे आहे ते आहेच. पण मी आई होऊ शकत नाही, हे त्याला कुणी सांगितलं? ज्या निसर्गानं अजितला हे देखणेपण दिलंय, त्याच निसर्गानं मला आई होण्याचं वरदान निर्विवादपणे दिलंय. लग्न झाल्यावर मी अन्य मार्गानं सिद्ध करू शकले असते. वाकडा मार्ग स्वीकारणं काही फार कठीण नसतं. पण मी तसं करणार नाही हे माहीत आहे, म्हणून अजित वाटेल ते सांगत हिंडतोय. आता मी गप्प बसणार नाही.. माझ्याजवळ जे आहे, त्याचा अपमान मला सहन व्हायचा नाही."

जावडेकर, कथा ह्या वेदनेची होते. तुमच्या आमच्या क्षुल्लक मानापमानाची होत नाही.

कथा जमल्यास वाचा. वाचल्यावर मला अभिप्राय नाही कळवलात तरी चालेल. फक्त एकच कराल का?

कौमुदीबरोबरच माधवीसाठी एखादं स्थळ पाहाल का?

केव्हाही बोलवा

"थांब आता, तुझं नाव तुझ्या बाबांना सांगते."
— मायलेकीचा प्रेमळ संवाद जेव्हा ह्या नेहमीच्या वाक्यावर येऊन थांबला, तेव्हा मी ओळखलं की, खटला 'सेशन कमिट' झाला.
आरोपी मुळीच घाबरला नव्हता. इतकंच नव्हे, तर तो आपण होऊन माझ्यासमोर येऊन उभा राह्यला. नुकतेच बॉब केलेले केस, त्याला बांधलेला रिबिनीचा कुर्रेबाज बो, अचानक उंची वाढायला लागल्यामुळे लांडा होणारा फ्रॉक, गुडघ्याची जखम बरी होत आलेली, निकाल आपल्याच बाजूनं लागणार ह्याचा आत्मविश्वास, बरोबर आईच्याच वळणाचं नाक आणि जिवणी– नाक आणि जिवणीच का, तसं सगळ्या चेहऱ्याचं वळणच मातृमुखी.
मी मुग्धाचंच बालपण पाहतोय, असं क्षणभर वाटून गेलं!
"बाबा...."
"बोला."
"आई स्वत: वेळेवर येत नाही. मग आम्ही काय करायचं?"
"वेळेवर कुठं आली नाही ती?"
"शाळेत. न्यायला."
"केव्हा?"
"शाळा सुटल्यावर."
"काय करायचं ते मग सांगतो. काय केलंत ते सांगा."
उड्या मारीत चिऊ माझ्याजवळ आली. पलंगाच्या कठड्याला धरून ती मागेपुढे हलत, अंग झोकून देत म्हणाली,
"किनई बाबा...."
"अगोदर सरळ उभी राहा. पलंगावर हादरे बसताहेत." एवढं बोलल्यावर आरोपी सरळ कोर्टाच्या मांडीवरच येऊन बसला.

(तरीही कोर्टाचा अपमान झाला नाही!)
“बाबा, माझं किनई मुळीच चुकलेलं नाही.”
“ते आपण बघू नंतर.”
“मी काकांना लगेच सांगितलं, परक्या माणसांशी बोलायचं नाही, असं आईनं मला शिकवलं आहे.”
“काका कोण?”
“त्यांची स्कूटर होती. कोरी-करकरीत आहे. पहिल्या किकला चालू होते, पण तरी काका स्कूटर एकदम स्लोऽऽ चालवतात. ढकलल्यासारखी.”
बोलता बोलता कल्पना यावी म्हणून आरोपीनं कोर्टाला एक धक्काही दिला.
“तू काय बोलतेस पत्ताही लागत नाही. काका कोण? कुठले? कधी भेटले?”
भर्रकन मांडीवरून उतरून चिऊ समोर उभी राह्यली.
“बाबा, माझी शाळा आज लवकर सुटणार होती. तशी ती सुटली. मी बस स्टॉपवर आले. सगळ्या बशा....”
“बशा म्हणायचं नाही. बसेस....”
“हो, तेच. तशी सगळ्या बसेस गेल्या. स्टॉपवर मी एकटी. किती कंटाळा आला. तेवढ्यात काका आले. त्यांनी विचारलं,
‘बाळ, कुणाची वाट पाहतेस?’
मी काही बोललेच नाही. त्यांनी विचारलं,
‘गडी न्यायला येणार आहे का?’
मी म्हणाले, ‘आम्ही गरीब आहोत.’ ”
“शाबास!” मी मधेच म्हणालो.
“श्रीमंताकडे नोकर असतात की नाही?”
“होय.”
“आपल्याकडे आहेत?”
कोर्टाची उलट तपासणी सुरू झाली.
मी नकार दिला.
“म्हणजे आपण गरीब.”
“पुढचं सांग.”
“मग काकांनी विचारलं, ‘आई येणार आहे का?’ मी ‘हो’ म्हणाले, कारण आई येणारच होती आणि खोटं बोललं की पाप लागतं.”
“एकदम बरोबर.” मी म्हणालो.
“मग काकांनी विचारलं, ‘मी तुला घरापर्यंत सोडू का?’
मी ‘नको’ म्हणाले. त्यांनी कारण विचारलं. मी सांगून टाकलं की, रस्त्यातल्या

परक्या माणसाशी मी बोलत नाही. मी येणार नाही. तरी काका जाईनात. मग मी त्यांना विचारलं, 'तुम्हांला काही ऑफिस नाही का?' ते 'नाही' म्हणाले. मग मी विचारलं, 'घर पण नाही का?' —ते 'घर आहे' म्हणाले. मग मी म्हणाले, 'मग तुम्ही जा ना.' तरी ते जाईनात. मग ते म्हणाले, 'तुझी आई येईपर्यंत आपण गप्पा मारू. मी तुला सोबत करतो.' मग मी काय करणार?''

''Absolutely right''

चिऊला निकालाची कल्पना आली. पुन्हा कोर्टाच्या मांडीवर बसत ती म्हणाली, ''काकांनी मला जादूगाराची मस्त गोष्ट सांगितली. नवी एकदम. कोणत्याही पुस्तकात नाही. उद्या मी मैत्रिणींना छळणार.''

''भले, म्हणजे काय करणार?''

''कोणत्या गोष्टीच्या पुस्तकात आहे ते सांगायला लावणार. कुण्णाला सापडणार नाही. जाम रडतील.''

मी चिऊचे हात पकडीत म्हणालो,

''मैत्रिणींशी असं वागू नये.''

''मग त्या कशा मला छळतात!''

''बरं, काकांचं पुढे काय झालं?''

''काकांची गोष्ट संपली तरी आई आली नाही.''

''पुढे?..''

''नंतर मला काका आवडायला लागले. ते 'चल' म्हणाले. मी आले. काका चांगले आहेत. पण ते स्कूटर अगदीच बंडल चालवतात.''

''बंडल म्हणजे?''

''त्यांना एकाही गाडीला मागे टाकता आलं नाही. फुस्ऽऽऽ. सायकलवालेही पुढे जात होते. मी सारखी मागून ओरडत होते, 'काका फास्टमध्ये चला. एकदम फास्ट.' पण काका शांत. मी त्यांना रागावले. ते म्हणाले, 'लहान मूल मागे बसलं म्हणजे मी अशीच चालवतो. एकदम बंडल. धक्का दिल्यासारखी...' ''

चिऊ मांडीवर बसल्या बसल्या माझ्या छातीवर डोकं आपटणार होती.

मी तिला थांबवत म्हणालो,

''काकांचं नाव?''

''अय्या! विसरलेच. काकांनी तुम्हांला चिठ्ठी दिली आहे.''

''आण, आण.''

दप्तरातून कंपासपेटी काढीत चिऊ माझ्याजवळ आली. तिच्या पद्धतीप्रमाणे तिनं पेटी पलंगावर उलटी केली आणि एक कागद हातात ठेवला.

''माझा चष्मा आण पाहू.''

"मी वाचून दाखवते."
"वाच."
"सप्रेम नमस्कार..."
"वाच ना!"
"बाबा, 'विनंती'मधला 'वि' खुशाल दीर्घ लिहिलाय."
"चलता है, पुढचं वाच."
"तुमची मुलगी गोड आहे. हुशार आहे."
चिऊनं कागद मिटला.
"आता काय झालं?"
"आईला बोलावते, तिला ही चिठ्ठी ऐकू दे."
चिऊनं आईला बाहेर जवळजवळ ओढून आणलं. ढकलीत ढकलीत माझ्याजवळ पलंगावर तिला बसवलं. चिठ्ठी वाचायला नव्यानं सुरुवात केली.
"तुमची मुलगी गोड आहे, हुशार आहे. शाळेच्या बाहेरचा एरिया... बाबा, एरिया म्हणजे काय?"
"वस्ती."
"वस्ती काय सांगता?" मुग्धानं अकारण मधेच विचारलं. एरवी स्वत: बेधडक चुकीचे शब्द वापरते.
"इथं तोच अर्थ अभिप्रेत आहे."
"वाचा."
"शाळेच्या बाहेरचा एरिया तेवढा चांगला नाही. मुद्दाम तुमच्या चिऊशी बोलत थांबलो. ती एकटी नाही हे दाखवण्यासाठी. ती हुशार आहे आणि हुशार मुलंच केव्हा केव्हा झटकन फसतात. सगळी कामं बाजूला ठेवून तिच्या वेळा सांभाळत जा. काही अडचण असेल, तर मला कळवत जा."
चिऊनं चिठ्ठी संपवली.
"नाव वाच ना!"
"काकांनी वेडीवाकडी सही केली आहे."
चिऊनं कागद हातात ठेवला. मला सहीवरून चिऊच्या काकांचं नाव सापडेना.
"आता ह्याला कसं शोधायचं?"
"त्यांनी कार्ड दिलंय."
"मग हे केव्हा सांगायचं?"
चिऊनं कंपासपेटीप्रमाणेच, भाजीचं टोपलं उलटं करतात, तसं दप्तर उलटं केलं. पुस्तकं-वह्या धाडधाड तोंडघशी पडल्या.
"नव्या पुस्तकांची वाट कशी लागते, ते पाह्यलंत?" मुग्धा म्हणाली.

"चिऊ, असं करू नये. पुस्तकं महाग असतात आणि आपण गरीब आहोत ना?"
तिनं सगळी पुस्तकं तोवर उलटसुलट करायला प्रारंभ केला होता.
शेवटी एका पुस्तकातून व्हिजिटिंग कार्ड बाहेर पडलं.
मी ते उत्सुकतेनं उचललं आणि मला विलक्षण कुतूहल वाटलं.
कार्डावर नाव नव्हतं. त्याऐवजी नुसते चारपाच टेलिफोन नंबर छापलेले होते.
'Something strange' असं म्हणत मी कार्डाची मागची बाजू पाह्यली. तर त्या बाजूला दोनच शब्द—
"केव्हाही बोलवा."
मी ते कार्ड मुग्धाकडं दिलं.
"हा काय प्रकार आहे? –'केव्हाही बोलवा' म्हणजे काय?"
"मी सुद्धा हे कार्ड आत्ताच पाहतोय. काय सांगू?"

रात्री मी मुग्धाला म्हणालो,
"आजचा तो गृहस्थ चांगला होता, म्हणून काही निराळं, वेडंवाकडं घडलं नाही. तेव्हा—"
"तू वेळेवर जात जा, असंच ना?"
"Yes."
"आज मामा-मामींना सोडायला जायचं होतं..."
"अरे हो, विसरलोच! जागा मिळाली?"
"छे! झुंबड गर्दी. म्हणजे मुलं आणि ती दोघं पुन्हा माझ्या दृष्टीलाही पडली नाहीत. पत्र पाठवायला सांगितलंय. पाहायचं काय कळवतात ते."
"अजब आहे. केव्हाही प्रवासाला निघा. गर्दी असतेच."
मुग्धा म्हणाली, "खरं तर ह्या वयात तुमच्या मामा-मामींनी सोबतीशिवाय प्रवास करता कामा नये. ते राह्यलं बाजूला. नातवंडांना घेऊन हिंडतात. त्यांचं पत्र आलं म्हणजे त्यांना लिहा तुम्ही हे."
"ते ऐकायचे नाहीत.'
"आणि कधी काही झालं तर ठपका..."
"कुणावरही यायचा नाही. सगळ्यांना स्वभाव समजला म्हणजे कोणीही एकमेकांना काही म्हणत नाही."
"असं तुम्हांला वाटतं. आपल्याकडून ते गेले म्हणजे सगळी जबाबदारी आपल्यावर असते. आपण त्यांची प्रवासाची व्यवस्था नीट केली नाही, असं होतं. बाकीचं लोक काही बघत नाहीत."
त्यानंतर झोप लागेपर्यंत, नव्हे... येणारी उडेपर्यंत मुग्धा, 'लोक ही काय चीज

असते.' हेच सांगत राह्यली.

कामावर आलो. मधेच आठवण झाली, तेव्हा टेलिफोन ऑपरेटरकडे व्हिजिटिंग कार्डावरचे सगळे नंबर दिले. अर्ध्या तासानंतर त्यानं सांगितलं,

''दोन तीन नंबर सारखे एंगेज्ड लागताहेत आणि दोन नंबर्सवर बेल वाजते, पण नो रिप्लाय—''
मी म्हणालो,
''वेळ मिळाला तर पुन्हा प्रयत्न करा.''

दोन दिवसांनी मामांचं पत्र आलं.

''चि. सौ. मुग्धास अनेक उत्तम आशीर्वाद. तुमचा निरोप घेऊन निघालो. नातवंडांसहित सुखरूप पोहोचलो. प्रवासात कोणताही त्रास झाला नाही. ह्यावर तू म्हणशील, 'मामंजी, हे कसं शक्य होईल?' तर ते कसं शक्य झालं, हे सांगतो. तू गेलीस लवकर हे बरं झालं. थांबून उपयोग नव्हताच. चमत्कार घडला तो गाडी सुटायला मिनिट, दीड मिनिट असताना. एका बाकावर पाच माणसं दाटीवाटीनं बसली होती. त्यांनी खुणा करून आम्हांला जवळ बोलावलं. त्यांनी माकडासारख्या खिडकीतून पटापट प्लॅटफॉर्मवर उड्या मारल्या. संपूर्ण बाक रिकामं करून दिलं. खिडकीची जागा मिळाल्यानं मुलं खूश झाली. जागा देणारी मंडळी ऑफिसवाली होती. कामावरून परस्पर, हातातल्या ब्रीफकेससहित गाडीवर आली होती. त्यांनी जागेचे पैसे घेतले नाहीत. त्यांच्यापैकी एकानं सांगितलं, 'ही आमची रिकामपणाची हॉबी आणि सोशल वर्कही. डिझर्व्हिंग माणसांनाच आम्ही मदत करतो.' तोपर्यंत दुसऱ्या माणसानं व्हिजिटिंग कार्ड हातात ठेवलं. सगळे निघून गेले. त्यांना आभाराचं पत्र पाठवायचा विचार होता, पण व्हिजिटिंग कार्डावर नाव नाही. त्याऐवजी पुढील पाच टेलिफोन नंबर आहेत. ४५६५५५, ५६३३५६, ५४७४७५, ५३५५८१, ५४५९९८. कार्डाच्या मागे 'केव्हाही बोलवा' एवढं छापलंय. विद्याधरला जरा या नंबर्सवर चौकशी करायला सांग. माणसं चांगली असावीत. निराळी वाटली. बाकी क्षेम. चिऊस गोड आशीर्वाद.'

तुमचा
मामा

मामांच्या पत्रामुळे पुन्हा एकदा चालना मिळाली. मी ऑपरेटरला वेळात वेळ काढून नंबर द्यायला सांगितला. तरी तोच अनुभव. नंबर एंगेज तरी असायचा, नाही तर

बेल वाजत राहायची. तीन-चार दिवस पिच्छा पुरवला. मग नाद सोडून दिला. मध्ये दोनतीन महिने गेले. –मी 'केव्हाही बोलवा' हे कार्ड त्याच्यावरच्या नंबर्ससहित विसरून गेलो. केव्हातरी एखादा गृहस्थ, कोऱ्या करकरीत स्कूटरवरून जाताना दिसला, म्हणजे चिऊला ह्याच माणसानं घरी सोडलं असेल का, असं वाटून जायचं. माणूस फार चांगला असावा. त्याच्या चार ओळीच्या चिठ्ठीनं तो कसा असेल हे समजत होतं. तो माझं एक छोटं काम करून गेला होता. चिऊबद्दल सद्भावना व्यक्त करून त्यानं मला हुरहुर लावली होती आणि तो मला कधीच भेटणार नव्हता.

असाच एक दिवस मुग्धाचा ऑफिसात फोन आला.

"मी मुग्धा."

"बोल."

"ऑफिस सुटल्यावर सायन हॉस्पिटलमध्ये याल का?"

"कशाला?"

"मिसेस वाघांना तिथं ठेवलंय."

"आँ? कशासाठी?"

"त्यांचं ऑपरेशन झालंय."

"अरे, आपल्याला पत्ताही नाही."

"ते आता सगळं संध्याकाळी बोलूच."

"ऑलराइट. त्यांना कुठं ठेवलंय?"

"वॉर्ड नंबर अकरा."

"येतो."

"जमलं तर लवकर निघा."

"पाहतो."

हॉस्पिटलमध्ये सगळीच भेटली. पण मी मुख्य धरलं ते मुकुंदरावांना. त्यांना व्हरांड्यात आणलं.

"मुकुंदराव, मी रागावलोय."

"तुम्हीच का, अनेक रागावले आहेत. काय करू?"

"अनेकांचं विसरा. माझी गोष्ट..."

"एकदम निराळी आहे. मान्य. पण श्वास घ्यायला सवड सापडू नये, एवढ्या गतीनं निर्णय घ्यावे लागले."

"किती दिवस झाले?"

"आजचा एक्केचाळिसावा."

"मुकुंदराव, खरोखरच कमाल केलीत. एक्केचाळीस दिवसानंतर..."
"अरे, आमची डोकी कुठं इथं ठिकाणावर होती!"
"ते सगळं मला मान्य आहे. कुणाचीही मन:स्थिती अशीच झाली असती. आता मी तुम्हांला सात्त्विक संतापानं बोलतोय खरा, पण मीही असाच वागलो असतो. ते राहू दे. आता काय करू शकतो, सांगा."
मुकुंदराव म्हणाले,
"नोकरी सांभाळून तुम्ही काय काय करणार?"
"सांगाल ते. आणि नोकरीचं काही नाही मोठंसं तसं. रजा पण घेता येईल."
"घ्याल?"
"घेऊ की! वहिनी काय म्हणतात?"
"तिचं ती भोगतेच आहे. तिच्यापेक्षा आम्हांलाच पेशन्स टिकवणं जरुरीचं आहे. रोजची जागरणं चालली आहेत. कुणीतरी जवळ असणं तर जरुरीचं आहे. नेणं, आणणं, रिलीव्हर, औषधं पुरवणं, फळं, ब्लड, एक्केचाळीस दिवस पळापळ चालली आहे.."
"मुकुंदराव, नुसती हाक टाकायची होतीत."
"आज आलात, तेच छान झालं. ताज्या दमाची माणसं आत्ताच हवी आहेत. तुम्हांला एक गंमत सांगतो. ज्या दिवशी हेमाला इथं ऑपरेशनसाठी आणलं, त्या दिवशी सोसायटीमधील एकवीस माणसं बरोबर आली होती. दिवसभर व्हरांड्यात उभी होती. हेमाला कशाचा पत्ताही नव्हता. पेशंटचं ऑपरेशन होईतो व्हरांड्यात उभं राहणं, –हा जो वेळ असतो, त्यापेक्षा भयानक अवस्था...."
मी म्हणालो,
"त्यापेक्षा स्वत:चं ऑपरेशन परवडलं."
"अगदी खरं. तो झाला पहिला दिवस. इथं दोन माणसांशिवाय जास्त माणसांना थांबण्याची परवानगी मिळत नाही. इथं तर रांग लागलेली. मग टर्न बाय टर्न लोकांनी रजा घेतली. काहीकाहींची सकाळ-संध्याकाळ फेरी सुरू झाली. मग दिवसातून एक फेरी. मग ती फेरी बंद होऊन, फोनवरून 'हेमा कशी आहे' ह्याची चौकशी आणि आता, दुसरा तिसऱ्याला सांगतो, 'हॉस्पिटलच्या बाजूने गेलास, तर तू चौकशी कर आणि मला सांग...' असं चाललेलं आहे. हे सगळं अत्यंत स्वाभाविक आहे. प्रत्येकाचं आयुष्य हे प्रत्येकाच्या breathing प्रमाणे ज्याचं-त्याचं असतं. तरीही सगळे व्याप बाजूला ठेवून माणसं एकमेकांसाठी खूप करतात. I don't blame anybody. हेमाचा नवरा असूनही मी दमतो, कंटाळतो. तिथं इतरांचं काय?"
मी म्हणालो,

"आता आम्ही आलो आहोत. मी दोन दिवसांची रजा घेतो. लगेच उद्यापासून घेता येणार नाही, पण मुग्धा येईल तोपर्यंत." मुकुंदराव म्हणाले,

"मनुष्यबळ कमीच पडतं. केव्हातरी वाटतं, कुणीतरी यावं आणि म्हणावं, चला पळा सगळे. आपापली कामं करा. दोन दिवस झोपून काढा, आम्ही आहोत."

मी लगेच म्हणालो,

"तेच सांगायला आलोय."

कामावर आलो. का कुणास ठाऊक, एकाएकी त्या 'केव्हाही बोलवा' कार्डाची आठवण झाली. ते कार्ड शोधायला हवं. मी ते कंटाळून टाकून दिलं होतं कुठेतरी– टेबलाचे तीनही ड्रॉवर्स खालीवर केले, तेव्हा कार्ड मिळालं.

पुन्हा ऑपरेटरला विनंती.

लगेच बेल वाजली. ऑपरेटर म्हणाला,

"You are lucky आज पहिलाच नंबर लागला."

"Hello, speak here"

मी फोनवरून म्हणालो, "हॅलो."

तत्परतेनं तिकडून प्रतिसाद आला.

"केव्हाही बोलवा."

"अहो, दोन महिने तुम्हांलाच शोधतोय."

"बोला.. At your service"

"आठवतं का, दोन महिन्यांपूर्वी तुम्ही आमच्या चिऊला घरापर्यंत स्कूटरवरून सोडलं होतं..."

"मी असेन असं नाही; आमच्यापैकी दुसरा कोणीतरी असेल."

"मला त्या माणसाचं नाव कळेल का?"

"ते आता कसं सांगता येईल?"

"मला त्यांना पाहायचं आहे."

"प्रयत्न करतो, पण जमेल असं वाटत नाही. एवढंच काम होतं का?"

"नाही..."

"मग मागचं जाऊ दे, आता काय हवंय सांगा..."

"हॉस्पिटलमधे एक पेशंट आहे..."

"हॉस्पिटलचं नाव, वॉर्ड आणि कॉट नंबर सांगा..."

"सायन हॉस्पिटल..."

"म्हणजे लोकमान्य टिळक..."

"तेच."

"वॉर्ड?.."

"वॉर्ड नंबर अकरा."
"म्हणजे female ward?"
"होय. का? Any difficulty?"
"नाही, मी एखाद्या बाईला पाठवीन संध्याकाळी सहा वाजता. Sharp six P.M. Don't worry."
—मी त्यांचे चार्जेस विचारणार तोच त्यांनी फोन बंद केला.

संध्याकाळी बरोबर सहा वाजता एक तरतरीत, काळीसावळी बाई शोध घेत घेत आली. तिनं आमची ओळख करून घेतली. मुग्धानं 'आपण?' असं विचारलं, तेव्हा तिनं पर्समधून 'केव्हाही बोलवा' कार्ड काढलं.
"मी 'केव्हाही बोलवा' सर्व्हिसकडून आले. माझं नाव शैलजा नाडकर्णी."
आम्ही तिला हेमावहिनींच्या कॉटकडे घेऊन गेलो. शैलानं विचारलं,
"किती दिवस झाले?"
"महिना कधीच होऊन गेला."
"आम्हांला उशिरा कळवलंत–"
आमचं बोलणं चालू असताना मुकुंदराव तिनं दिलेल्या कार्डाकडे कुतूहलानं पाहत होते. मधेच ते म्हणाले,
"हा काय प्रकार आहे?"
शैला म्हणाली,
"ही एक आम्हीच स्थापन केलेली संस्था आहे... आम्ही एकूण चोवीस मेंबर्स आहोत. त्यात माझ्यासहित एकूण आठ बायका आहेत. आम्ही कोणत्याही गरजेला धावून जातो. कुणासाठीही–"
मुकुंदरावांनी विचारलं,
"तुम्हांला आमची माहिती कुणी दिली?"
मी म्हणालो,
"मी त्यांना बोलावलं."
व्हिजिटर्सची वेळ संपत आल्याची बेल वाजवत वॉर्डबॉय आला. नेहमीपेक्षा तो जरा उशिरा आला होता. सगळी जमलेली माणसं जायला निघाली. प्रत्येक कॉटजवळ जमलेला घोळका मागं वळून आपापल्या पेशंटकडे पाहत पाहत निघून गेला. हेमावहिनींजवळ मी, मुकुंदराव, मुग्धा आणि शैला नाडकर्णी एवढेच थांबलो. वॉर्डबॉयनं आमच्याकडे पाह्यल्यावर आम्ही चौघे बाहेर आलो.
"काय करायचं?" मुकुंदरावांनी विचारलं. नव्या बाईचं आगमन त्यांना गरज असूनही रुचलेलं नसावं, असं मला कुठंतरी वाटून गेलं. तेवढ्यात शैला म्हणाली, "मला

तुम्ही काहीही सांगू शकता. मी इथं कुणालाही सोबत म्हणून राहू शकते. संकोच आणि काळजी दोन्ही करू नका. आम्ही खूप वेळा ही कामं केली आहेत.''

मुकुंदराव विचारात पडत म्हणाले,

''तुमच्या चार्जेसबद्दल कल्पना...''

''भलतंच काहीतरी! –No charges.''

''म्हणजे...?''

''आम्ही चोवीस माणसं फार अफलातून आहोत. असली निरनिराळी कामं करणं ही आमची हॉबी आहे. आम्हांला पत्ते, पार्ट्या, नाटक, सिनेमे, सहली ह्यांपैकी कशाचंही वेड नाही. आम्ही कायम ही असली कामं करतो. प्रत्येकाला नोकरी आहे. मजेत राहता येईल एवढे पगार आहेत. आर्किटेक्ट, इंजिनिअर्सपासून स्वत:चं दुकान असलेले अशी नाना व्यवसायातली माणसं या चोविसांत आहेत. वेळा सांभाळून, कधी रजा घेऊन, आम्ही जमतील तेवढी कामं करतो. महिन्यातल्या शेवटच्या शनिवारी-रविवारी सगळे एकत्र जमतो. रात्रभर एकमेकांना आलेले मजेदार अनुभव सांगत दोन दिवस धमाल करतो.''

''कुणाचंही, कसलंही काम करता?'' मुग्धानं विचारलं.

ती पटकन म्हणाली,

''कसलंही करतो, पण 'कुणाचंही' ह्याच्याबद्दल जरा सावध असतो. 'फुकट मिळतात, तर राबवा–' असा जर समोरचा माणूस वाटला, तर आम्ही तिकडे फिरकत नाही.''

शैला नाडकर्णीनं गप्पा मारून मनं जिंकली आणि तिच्यावर हेमावहिनीला एक रात्र सोपवून आम्ही तिघं बाहेर पडलो.

दुसऱ्या दिवशी सकाळीच मी आणि मुग्धा, नाडकर्णीला मोकळं करायचं म्हणून हॉस्पिटलवर आलो. शैला नाडकर्णी वाटच पाहत होती. रात्रभर जागूनही ती फ्रेश होती.

''या.'' तिनं स्वागत केलं.

हेमावहिनी शांत झोपलेली होती. तिच्या कॉटजवळ एक भला मोठा निशिगंधाच्या फुलाचा टवटवीत गुच्छ ठेवलेला होता. मन एकदम प्रसन्न झालं.

''फुलं कुणी आणली?''

''आमच्या संस्थेतल्या सभासदानं. सकाळीच तो स्कूटरवरून आला. त्यानं माझ्यासाठी घरची कॉफी आणि पेशंटसाठी फुलं आणली.''

''तुम्हांला रात्रभर जागरण झालं ना?''

''तेवढ्यासाठीच तर आले होते.''

''हेमा केव्हा झोपली?''

"ग्लानीत आहेत.. तुमच्यामधे अरुणा कोण आहे? त्यांचं नाव त्या घेत होत्या. सलाईन साडेतीन वाजता संपलं. नंतर त्यांना झोप लागली."

मुग्धा म्हणाली,

"माझं थोडं ऐकाल?"

"जरूर."

"हे आता इथं थांबतील. तुम्ही माझ्या घरी चला."

"कशाला?"

"माझ्याकडे जेवा."

नाडकर्णी काही बोलेना.

"येता?"

"नको. मी काल कामावरून परस्पर आले. आता जायला हवं."

"कोणतं ऑफिस?"

"मी टेलिफोन ऑपरेटर आहे. मला आज ऑफ आहे. मी कामावर आता एकदम उद्या सकाळी जाणार. तेव्हा आता जायला हवं."

"मग नाही आग्रह करीत, पण केव्हातरी या."

"बघू."

"तसं नको पण. 'केव्हातरी या' असलं कोकणस्थी आमंत्रण पण नको. आपण दिवस पक्का करू." मुग्धा उत्साहानं म्हणाली.

"कशाला पण?"

"ह्या निमित्तानं ओळख झाली, ती वाढायला हवी म्हणून."

"सॉरी."

"का? सॉरी का?"

"आम्ही असे कुठे जात नाही." नाडकर्णी म्हणाली.

"आम्ही म्हणजे?"

"सगळे चोवीसच्या चोवीस."

"काही कारण?"

"संस्थेचा नियम."

"कुणाकडेही जायचं नाही हा नियम? तुमच्या कार्याशी एकदम विसंगत असं हे..." मी विचारलं. ती मध्येच म्हणाली,

"विसंगत नाही, सुसंगत म्हणा. मैत्री, स्नेह वाढवण्यासाठी तुम्ही घरी आमंत्रण करीत आहात. तेच आमचं पथ्य आहे. ॲटॅचमेंटपासून आम्हांला लांब राहायचं आहे. जिव्हाळा, प्रेम ह्या गोष्टी निर्माण झाल्या, की अपेक्षा आल्या; म्हणजे तुलना आली. देवाण-घेवाण हा हिशोबही आला. मग ह्यानं काय दिलं, त्यानं काय, ही

अटळ चर्चा... आणि हे सुरू झालं एकदा, की सोशल वर्क संपलं. अनेकजण बोलावतात. आम्ही नकार देतो. चोवीस माणसांचं कुटुंब आहे. तुलना, स्पर्धा सुरू व्हायला वेळ लागणार नाही. दुःखाची लागवड ॲटॅचमेंटपासून सुरू होते. मानापमान, छोटा-मोठा, पत-ऐपत... Its alright. Don't misunderstand us.''

''Not at all.''

मी पटकन बोललो.

मुग्धाचा चेहरा उतरला. तिचे हात धरीत नाडकर्णी म्हणाली,

''वाईटही वाटून घेऊ नका. चेहरा टाकू नका. मला फक्त एकच सांगा, घराघरांतून आम्ही चोवीस माणसं अशी इमोशनली अडकायला लागलो, तर आमचं कार्य किती दिवस चालेल?.. आमचे सेक्रेटरी म्हणतात, वाऱ्याची झुळूक मोकळीच हवी–''

''वा, बहोत अच्छे! सेक्रेटरी कोण?''–

''आम्ही सगळेच सेक्रेटरी तसे. पण प्रथम हे असं काही ज्याला करावंसं वाटलं, तो मुख्य, म्हणून तो शब्द वापरला.''

''ठीक आहे, त्यांचं नाव सांगा.''

''खरंतर तेही विचारू नका. नाहीतर व्हिजिटिंग कार्डावर चोवीस नावं...''

''ऑलराइट.''

शेवटी मुग्धानं विचारलं,

''ह्याचा अर्थ तुम्ही कधीच भेटणार नाही?''

ती हसत म्हणाली,

''असं कधी म्हणाले? केव्हाही बोलवा.''

■

ड्रीम सीक्वेन्स

‘‘तुमचं पत्र वाचून झाल्याबरोबर शिपायाला द्या आणि मला मिळेल असं करा.’’ लिफ्टमधून बाहेर पडता पडता सुलभानं सांगितलं.

‘‘लगेच पाठवतो, कँटिनला जाऊ नकोस..’’ लिफ्टचा दरवाजा बंद होता होता रमाकांतनं सांगितलं. ऑफिसात गेल्या गेल्या कँटिनमधे जाण्याचा तिचा शिरस्ता त्याला माहीत होता.

खात्यातली बरीच माणसं यायची होती. ‘अजून पंधरा मिनिटांतच हा हॉल गजबजून जाईल. पंधरा मिनिटंच अगोदर इथं फारसं कुणी नसतं. पण नंतर, दुसरी आणि तिसरी घंटा व्हायच्या आत थिएटर ज्या गतीनं भरतं, तसा हा हॉल भरून जातो. एकदा हॉल भरला की, आपण आपले मालक नव्हे. ही पंधरा मिनिटंच काय ती आपल्या मालकीची!’ या पंधरा मिनिटांत आपल्या आयुष्याचा वारंवार आढावा घ्यायचा, हा रमाकांतचा छंद.

आयुष्य फार चांगलं होतं; आखलेलं होतं. मुंबईसारख्या वेगानं झपाटलेल्या शहरात आयुष्य आखणं सोपं असतं. त्या वेगाला शरण जावं लागतं या भावनेनं जे आयुष्य आखतात, त्यांना तो वेग जाचक वाटतो. त्या वेगाचं हसतमुखानं स्वागत केलं, की रोजची दिनचर्या एखाद्या प्रसन्न खेळासारखी वाटते. पुढचा डाव कधी सुरू होतो, असं होऊन जातं.

रमाकांत आणि सुलभा यांनी त्या वेगाचं आवडत्या पाहुण्यासारखं स्वागत केलं होतं. सुखाबरोबर दुःख, पळापळीबरोबर स्वास्थ्य, सुबत्तेबरोबरच टंचाई, सगळ्याचीच जान-पहचान झाली होती. वेगाबरोबर गर्दीची सवय झाली होती. सरकारी नोकरीतला तोचतोचपणाही आदळ-आपट न करता, जीवनाचं एक अंग म्हणून उभयतांनी स्वीकारला होता.

आता जाण्यायेण्याची गाडी ठरलेली, घरात वास्तव्य किती तास हे ठरलेलं, मुलांच्या जाण्यायेण्याच्या वेळा पाठ झालेल्या, शेजारच्या माणसांवर कोणत्या जबाबदाऱ्या

टाकायच्या, मोलकरणीनं काम कधी करायचं, घरी टायपिंगचं जादा काम किती तास करायचं, रजा कधी, किती, इथपासून आला-गेला, पै-पाहुणा, नाटक, सिनेमा, सहली... सगळं गणित सोडवलेलं.

एकदाच केव्हातरी एका कॉम्प्युटरला सगळा 'डेटा' देऊन कर्जाचा हप्ता कसा फेडायचा, इथपासून ते अधूनमधून येणाऱ्या आजाराला तोंड कसं द्यायचं इथपर्यंतची सगळी उत्तरं रमाकांत आणि सुलभानं मिळवली होती. त्या कॉम्प्युटरनं आयुर्विम्याकडूनच दोघांनी विमा उतरवून, त्याच्यावर कर्ज काढून आयुर्विमा सोसायटीतच ब्लॉक कसा मिळवायचा, याचंही उत्तर दिलं होतं. वडिलधाऱ्या माणसांचं ऐकावं, तसा तो सल्ला ऐकून रमाकांतनं जागाही मिळवली होती.

आता कोणताच प्रॉब्लेम नव्हता!

आणि अगदी तसंच म्हणायचं झालं तर प्रॉब्लेम्स नसतात कुणाला? –ते शेवटपर्यंत असणारच. पण रमाकांतची थिअरी काही निराळीच होती. प्रत्येक प्रॉब्लेमला उत्तर असतंच. ते सोडवायला कधी वेळ हवा असतो, कधी पैसा, तर कधी माणसं. या तीन गोष्टींच्या टप्प्यापलीकडचा प्रॉब्लेम अस्तित्वातच नसतो.

एकूण सर्व छान होतं. कारण ते आखलेलं होतं.

"तुमचा फोन..."

रमाकांत भानावर आला. फोनकडे धावला.

"अहो, पत्र पाठवताय ना."

"येस, विसरलोच." असं म्हणत त्यानं फोन बंद केला. तरीही बंद करता करता, 'कमाल झाली!..' हे सुलभाचे शब्द कानावर पडलेच.

रमाकांतनं स्वत: पत्र वाचलं. त्याची घडी करत असतानाच शेजाऱ्यानं हटकलं,

"तुला ऑफिसात पत्रं?"

"अरे, घरातून बाहेर पडता पडता पोस्टमननं दिलं. आज नेहमीच्या गाडीला मस्त गर्दी होती. झकासपैकी लटकून आलो."

"This is very bad."

"हे मुक्कामावर पोहोचल्यावर पटतं."

"वहिनींच्या कानावर घालायला हवं."

"तीही आज फूटबोर्डवर होती. तिचं पातळ मस्त फडफडत होतं."

"मग बोलणंच खुंटलं."

"पत्र वाचलंत ना?"

टिफिनला एकत्र आल्यावर सुलभानं विचारलं.

"वाचलं तर!"

“मग बाबांना काय कळवायचं?”
“पाठवून द्या– म्हणून कळवायचं. त्यात काय?”
“सीमाला मुंबईत येऊ दे?”
“काय बिघडलं?”
“बाबांनी तिच्या लग्नाची खटपट करायला सांगितली आहे.”
“आणि लग्न जमेपर्यंत नोकरीची खटपट.”
“मग?”
“करायची खटपट.”
“तोपर्यंत ती आपल्याच घरी राहणार. आली एकदा की मग नाही म्हणता येणार नाही–”
“सगळ्याचा विचार करूनच सांगतोय, सीमाला येऊ दे आणि तसं बाबांना कळवून टाक.”
“या बाबतीत तुमचं पत्र गेलेलं बरं.”
“पाठवून देऊ. No problem.”

“If I am not too inquisitive...”
“विचार, बाबा विचार.” वर मान न करता रमाकांत म्हणाला.
“पारायणं करण्याइतकं पत्रात काय आहे?”
“सीमा.”
“काय?...”
“सीमाची संपूर्ण माहिती. मध्यम उंची, आकर्षक बांधा, काळे टपोरे डोळे, अरुंद जिवणी, कोलगेट दंतपंक्ती, लांबसडक केस, निमगोरा वर्ण.”
“अरे, पण...”
“त्याशिवाय इंटर आर्टस्‌पर्यंत शिक्षण, मराठीच्या आणि हिंदीच्या सर्व परीक्षा... इ. इ. मुलीचं मी काहीही करावं.”
“म्हणजे काय?”
“लग्न करून द्यावं किंवा नोकरी मिळवून द्यावी. तेव्हा नोकरी किंवा स्थळ दोन्ही असल्यास, प्रत्यक्ष संपर्क साधावा.” रमाकांतचं बोलणं संपेतो सिधये शांत होता. मग त्यानं विचारलं,
“मुलगी कुणाची?”
“माझी मेहुणी, सुलभाची बहीण.”

आयुष्य आणखी सोपं झालं. छोटी छोटी कामं असली तरी त्याचाही एक क्रम

असतो. ती कामं स्मरणात ठेवावी लागतात. त्यासाठी मेंदूतला एक कप्पा कायम अडकवून ठेवावा लागतो. काम झालं तर छोटं, पण हुकलं तर खूप पंचाईत. कामावर येण्यापूर्वी खालच्या मजल्यावर क्षणभर थांबायचं, महाबळांच्या घरची बेल वाजवायची, दार उघडलं जाईतो थांबायचं, घराची किल्ली द्यायची, पुढं सटकायचं; हे काम तसं एवढंसंच. पण त्यासाठी तीन-चार मिनिटं बाजूला काढून ठेवावी लागतात. त्यातही कुठंतरी एक बोच. हातातलं काम टाकून, किल्ली देण्याघेण्याच्या कामासाठी महाबळांच्या आजींना दिवसाकाठी चार वेळा उठावं लागतं.

बरं, जर हे छोटं काम लक्षात राह्यलं नाही तर? तर कामावरून आल्यावर भांडी घासणे आणि कपड्याचा ढीग धुणे.

आठ वर्षांचा हेमंत. सहा वर्षांची लतू. दोन्ही मुलांना रोजच्या गोष्टी पढवायच्या. त्यांचे कपडे, युनिफॉर्म, डबा, पाण्याची बाटली, पुस्तकं, वह्या, and what not? आपल्याबरोबर मुलांना बाहेर काढायचं.

मोलकरणीचं प्रकरण हा काही निराळाच स्वतंत्र अभ्यासाचा भाग होता. लहान मुलांचं मानसशास्त्र अवघड असलं तरी कळतं, पण गडीमाणसाचं मानसशास्त्र, त्यांच्या वंशाला जाऊनही कळणार नाही.

त्याशिवाय गॅस गेला म्हणजे सिलेंडर येईल तेव्हा घरी कोण? लाँड्रीवाला, रेशन, दूध तापवणं... घर म्हटल्यावर काय लागत नाही?

घरातली सर्वांत महत्त्वाची वस्तू – मालकीण – बाहेर पडली, की घराची सार्वजनिक बाग होते.

सीमा आली आणि सगळे प्रश्न सुटले.

मुलं मावशीला चिकटली आणि रमाकांत-सुलभानं अनेक वर्षांनी मोकळा श्वास घेतला. 'आम्ही जाऊन येतो' हे सांगण्यासाठी घरात मागे कुणीतरी असणं, यात केवढा आनंद आणि आधाराची भावना असते, हे प्रथम समजत होतं.

सीमा रमली, रुळली.

आखणीवर विश्वास असलेल्या रमाकांतनं सीमासहित थोडं नवं आयुष्य आखलं. चटपटीत आणि उत्साही सीमानं टायपिंग शिकून घेतलं. कामावरून आल्या आल्या रात्री बारा वाजेपर्यंत टाइपरायटरशी जखडला जाणारा रमाकांत जरा इकडे तिकडे पाहायला मोकळा झाला.

दोन तासांऐवजी टाईपरायटर आता सात-आठ तास कामात राहू लागला.

कमाई पण चौपटीनं वाढली.

सकाळ संध्याकाळ प्रवास, दुपारी नोकरी, रात्री सीमाला टायपिंगचं आलेलं काम समजावणं, गप्पा, पत्ते, कधी नाटक, कधी सिनेमा, तर कधी सीमावर घर आणि मुलं सोडून दोघांनीच कुठं जाणं.

लाइफ वॉज ईझी.

आणि एके दिवशी पत्त्याचा डाव रंगात आला असताना बेल वाजली. पाहतात तो दारात महाबळांचं मेहूण!

"या."

"येत नाही, लगेच निघायला हवंय. सीमाला पाठवता का– विचारायला आलोय."

"आत तर याल?"

"उशीर झालाय."

"नाटकाची रंगीत तालीम आहे." सौ. महाबळ म्हणाल्या.

"कोणतं नाटक?"

"नटवर्य."

"तुम्ही रंगीत तालमीला कसे काय?"

महाबळ म्हणाले,

"माझा मावसभाऊ आहे, त्यानं दोन गाणी म्हटली आहेत त्या नाटकासाठी..."

"पार्श्वसंगीत?"

"हां, तसंच. मग पाठवताय का?"

"जरूर."

"पण माझी तयारी?"

"तुला तालीम बघायची आहे. तुला कुणी बघणार नाही तिथे."

सीमा म्हणाली, "माझं काय! मी तशीच जाईन. मला काही वाटायचं नाही."

"चला."

सीमा तालीम पाहायला गेली त्याच्या पाचव्या दिवशी, रविवारी सकाळी पुन्हा महाबळ हजर. बरोबर बायको आणि महाबळांचा मावसभाऊ.

"हा सतीश. पार्श्वगायक..."

"ओळखलं, या."

महाबळांनी 'नमनाला घडाभर तेल' न घालवता सरळ विषयाला हात घातला.

"आमचा सतीश, त्यांच्या पुढच्या नाटकांसाठी सीमाची मागणी करायला आला आहे."

रमाकांत गडबडला. सुलभापण बाहेर आली. रमाकांत काय सांगतो इकडे तिचेही कान लागले. रमाकांत म्हणाला,

"गार्डियन म्हणून सीमाच्या वडिलांनी तिची सगळी जबाबदारी जरी आमच्यावर टाकलेली असली, तरी या बाबतीत मला त्यांचंच नो ऑब्जेक्शन सर्टिफिकेट आणावं लागेल."

सतीश म्हणाला,

"आम्ही थांबू तोपर्यंत."
"आणि खुद्द सीमाला ते जमेल की नाही, हे पाहावंच लागेल."
"ती काळजी तुम्ही खरंच करू नका. तुमचा फक्त 'होकार' हवाय. बाकी जबाबदारी आमच्या डायरेक्टरसाहेबांची."
हो, ना– करता करता रमाकांतनं स्वत:ची हरकत नसल्याचं सांगितलं.
प्रश्न फक्त सीमाच्या वडिलांचा होता.
आणि तोही प्रश्न मनासारखा सुटला आहे, हे रमाकांत आणि सुलभानं पाच सहा दिवसांनी सीमाच्या चेहऱ्याकडे निव्वळ पाहूनच ओळखलं. दोघांनी पत्र वाचलं. फक्त बाबांनी विचारलेल्या एकाच प्रश्नावर या उभयतांनी विचार केलेला नव्हता.
'माणसं चांगली असतील, नाटक दर्जेदार असेल, त्याशिवाय तुम्ही शब्द टाकला नाहीत याबद्दल माझी खात्री आहे. फक्त आर्थिक प्राप्ती किती होणार, हे त्या मंडळींना विचारलंत काय?'
सुलभा म्हणाली,
"विचारू पुन्हा येतील तेव्हा."

रमाकांत-सुलभाच्या आयुष्याला एक नवी डहाळी फुटली.
कामावरून आल्याबरोबर जेवणं उरकायची आणि सीमाबरोबर सोबत म्हणून बाहेर पडायचं.
सोबत म्हणून आणि 'वॉच' म्हणूनही. कधी सुलभा, तर कधी रमाकांत. ते एक निराळंच विश्व होतं. तिथं न लाजता उत्कृष्ट लाजून दाखवायचं होतं, तसंच न चिडता खूप चिडायचं होतं. निर्विकार मनानं सतत विकारांच्या राज्यात वावरायचं होतं.
सीमाला ती कसरत जमली.
प्रेक्षकांच्या पसंतीच्या पावत्या कुठं कुठं मिळतील, याचा अंदाज लांबवरून रमाकांतही करू शकत होता. आता फक्त तारखेकडं लक्ष ठेवायचं होतं.

रातोरात 'सीमा' प्रसिद्धीस आली.
पहिल्या प्रयोगाची परीक्षणं सर्वत्र वाचली गेली. हातचं राखून न ठेवता पत्रकारांनी, समीक्षकांनी सीमाच्या कष्टाचं चीज केलं.
तुम्ही नुसते गुणी असून चालत नाही. हे गुण खळखळ न करता मान्य करणारा समाज तुमच्याभवती जमणं, याला महत्त्व आहे.
गुणी माणसांचं नाणं वाजणंच कठीण होऊन बसलंय.
ऑफिसातल्या मित्रमंडळींनी रमाकांत-सुलभाकडून जसे चहाचे कप उकळले, त्याचप्रमाणे

सीमासंबंधी येणारी निरनिराळ्या वर्तमानपत्रातली परीक्षणं पण आठवणीनं आणून दिली.
कलावंतांबद्दल समाजाला जसं कौतुक असतं, तसंच त्याच्या नात्यातल्या व्यक्तीबद्दल पण असतं, याचा एक नवा अनुभव रमाकांतनं एका कप्प्यात नोंदवून ठेवला.
पहिल्या प्रयोगासाठी आलेले सीमाचे वडील परत गावी गेले आणि शुभारंभाचे पहिले अकरा प्रयोग करून, सीमा कंपनीबरोबर दौऱ्यावर गेली. जाण्यापूर्वी अकरा प्रयोगांचे अकराशे रुपये हातात ठेवून तिनं रमाकांत-सुलभाला वाकून नमस्कार केला.
दुसऱ्याच दिवसापासून नेहमीचं आयुष्य सुरू झालं. मुलांचं आटोपणं, खाली किल्ली ठेवणं, मोलकरणीला वारंवार सूचना देणं आणि पहाटे उठून, दोन्ही वेळचा स्वयंपाक करणं.
सीमा होती तोपर्यंत थोडा आराम होता.
प्लॅटफॉर्मवर गाडीची वाट पाहताना रमाकांतनं विचारलं,
''कसं वाटतंय?''
''कशाबद्दल?''
''आपली पूर्वीची पळापळ सुरू झाली.''
''शरीर सोकावलं पाच महिन्यांत. आज पहाटे जाम उठवत नव्हतं. मुलांनाही करमायचं नाही.''
''सीमाचं आता काही खरं धरायचं नाही.''
''का?''
रमाकांत म्हणाला,
''पहिल्यांदाच एवढं चक्कर आणणारं यश मिळालंय, की आता ह्यातून दूर होणं सीमाला जड जाईल. सामान्य आयुष्य तिला पेलणारच नाही. सगळं बेचव, अळणी होऊन जाईल.''
अंगावर शहारा आल्याप्रमाणे सुलभा म्हणाली,
''तसं होता कामा नये.''
''का?''
''एखाद्या नाटकात गंमत म्हणून काम, ठीक आहे. कायमचा व्यवसाय चांगला नव्हे!''
''सगळ्या बायकांनी असाच विचार केला, तर रंगभूमीचं काय?''
सुलभा म्हणाली,
''स्पर्धेला विषय द्या.''
''सरळ बोल ना!'' –रमाकांतनं छेडलं.

"मला इतर बायकांशी काय करायचंय?"
"रंगभूमीविषयी काही आस्था..."
"गाडी पकडा आधी. मी जाते बायकांच्या डब्यात."

वळवाच्या सरीसारखं कोसळणारं यश झेलायला पहाडासारखं व्हावं लागतं. सव्वा वर्षांतच शंभराव्या प्रयोगाच्या जाहिराती झळकू लागल्या. शंभराव्या प्रयोगाला चित्रपट सृष्टीतला कुणी एक गाजलेला दिग्दर्शक, अध्यक्ष म्हणून यायचा होता. शंभरावा प्रयोग झाल्याबरोबर, विश्रांतीसाठी काही दिवस वडिलांकडे जाण्याचा मनोदय सीमानं जाहीर केला. शंभराव्या प्रयोगासाठी बाबा आले की, त्यांच्याच बरोबर ती जाणार होती. शंभरावा प्रयोग राजेशाही थाटात संपला. कोणत्याही यशाला किंवा अपयशाला, निमित्त म्हणून का होईना, कुणीतरी जबाबदार असतोच. सीमाच्या या यशाला महाबळ निमित्त होते.
आज त्यानिमित्त, गावाला जाण्यापूर्वी महाबळांना पार्टी होती.
पार्टी चालू असतानाच बेल वाजली. पूर्वसूचना न देता कुणीही येणं, हाही एक आयुष्यातला अविभाज्य प्रसंग. पण तरीही येणाऱ्या माणसांत दोन प्रकार असतात. पहिल्या मैफलीची रंगत वाढवणारे आणि पहिली मैफल उधळणारे.
दार उघडावं हे लागतंच. बघतात तर दारात एक युनिफॉर्ममधला नवागत.
"शीमा कौन है?"
सीमा पटकन पुढं झाली.
"मुखर्जीसाब आये है."
डोळे विस्फारीत सीमानं विचारलं,
"डिरेक्टर मुखर्जीसाब?"
"जी, हां."
बैठकीच्या खोलीत वर्तुळाकार मांडलेली ताटं भराभरा आत गेली. खुर्च्या, सेंटर टेबल वगैरे गोष्टी, काही घडलंच नाही असं भासवत स्वतःच्या जागेवर आल्या. सीमा आणि रमाकांत खाली जाऊन मुखर्जीसाहेबांना वर घेऊन येईपर्यंत बैठकीच्या खोलीनं डबलरोल टाकून स्वतःच्या स्वरूपात मुखर्जींचं स्वागत केलं.
विशिष्ट फिल्मी पद्धतीनं मुखर्जी म्हणाले,
"आप लोगोंको तकलीफ..."
"ऐसी तो बात नहीं, तशरीफ...."
"ठीक है, ठीक है–"
मुखर्जी स्थानापन्न झाले. इतर सर्व वर्तुळाकार उभे राहिले.
"आप सब खडे क्यों?"

आता 'ठीक है' म्हणायची रमाकांतची टर्न होती. सर्वांकडं नजर फिरवून सीमाच्या वडिलांकडे पाहत मुखर्जी म्हणाले,
"आप बहोत खूशनसीब हो..."
आणि नंतर सीमाचं कौतुक सुरू झालं. सीमा संकोचून गेली. मुखर्जी थांबेनात. नाटकातला प्रत्येक प्रसंग, ते शंभर प्रयोगात काम करणाऱ्या सीमालाच सांगत राह्यले.
सुलभाला कंटाळा आला.
तिनं जमवून केलेला 'मेनू' थंड होणार होता. जगातलं कोणतंही, कोणत्याही माणसाचं काम हे गरम स्वयंपाकापेक्षा महत्त्वाचं नसतं, असं मानणाऱ्या अनेक गृहिणींपैकी ती 'रुचिरा'ची एक विद्यार्थिनी होती.
अर्ध्या तासाच्या स्तुतीनंतर मुखर्जींनी बाबांकडं, नव्या चित्रपटात साईड हिरॉइनसाठी सीमाची मागणी केली.

प्लॅटफॉर्मवर मिळणाऱ्या एकान्तासारखा एकान्त अन्यत्र मिळणं मुश्कील. घरून अर्धा तास लवकर निघून रमाकांत-सुलभा स्टेशनवर आली. त्यांनी एक बाक अडवलं.
"आपण आता काय करायचं?" सुलभानं विचारलं.
"सीमाबद्दलच ना?"
"अर्थात."
"आपण काहीच करायचं नाही."
"वा, असं कसं?"
"आपल्याला कुणी काही करायला सांगितलं का? मागच्या वेळेला तुझ्या बाबांनी 'सीमाला पाठवू का?' म्हटल्यावर आपण 'पाठवा' म्हणालो. त्याप्रमाणे काल त्यांनी आपल्याला काही विचारलं का?"
"आपण सावध करायला नको?"
"कशाबद्दल?"
"आता सिनेमात गेल्यावर सीमाचं कसं होईल?"
"तेच पाहायचं."
"म्हणजे काय?"
"काही काही प्रसंगी आपण प्रेक्षक होण्यापलीकडं काही करू शकत नाही कारण आपल्या हातात काहीच नसतं."
"काहीतरी काय बोलता? आपलं कर्तव्य आहे की नाही?"
—सुलभाचा सूर हळूहळू चढा येऊ लागला. तितक्याच शांतपणे रमाकांतनं विचारलं,
"काय करावं असं तुमचं म्हणणं?"

"बाबांना सावध करायला हवं. हे विश्व कसं आहे..."
"बाबांना कल्पना नाही काय त्याची? मी तर म्हणेन, या बाबतीत आपली जबाबदारी संपली. बाबांनी होकार देताना आपल्याकडे नजरही टाकली नाही; तेव्हाच मी काय ते समजलो..!"
"बाबा असे नव्हते."
"तुझे वडील म्हणून बोललो नाही, पण माझा अंदाज बरोबर असावा."
"मला काही वाटणार नाही, बोललात तरी."
"एका वर्षात मुलीनं जर दहा हजार रुपये घरात आणले तर..." रमाकांतचं वाक्य पूर्ण व्हायच्या आत सुलभा म्हणाली,
"मी ओळखलंय ते! मला फक्त एक सांगा, सीमा आता कुठे राहणार?"
"तो प्रश्न आत्ता कुठं उपस्थित होतो?"
"आत्ताच विचार करायला हवा."
"अगोदर पाहू काय होतं ते. या क्षणी इतकं अस्वस्थ व्हायचं कारण काय?"
"नाटकाची बाब निराळी, सिनेमाचं निराळं."
"मी नाकारीत नाही, पण आत्ता आपण थोडी जरी विरोधी भूमिका किंवा एखादी आठी जरी कपाळावर दाखवली, तरी मामला पार बिथरून जाईल."
"मला फक्त काळजी वाटते!"
रमाकांत-सुलभाच्या कल्पनाविश्वाला छेद देऊन जाईल, असं ते विश्व होतं. खऱ्या-खोट्याचा अपूर्व भूलभुलैय्या निर्माण करणारी ती मयासुराची भूमी! स्वत:ची कातडी ही स्वत:चीच आहे का, असा संभ्रम निर्माण करणारं ते वलय. आरशात स्वत:चं बिंब दिसूनही, आपण करतो त्या हालचाली आपल्या प्रतिबिंबानं केल्या, तर आपण एक जिवंत व्यक्ती आहोत याची जाणीव करून देणारी.
रमाकांतला जाणवलं, भावलं, ते एकच सत्य. ते म्हणजे या स्टुडिओच्या परिसरात दोन विश्व आहेत. एक विश्व उजेडाचं आहे, दुसरं अंधाराचं. कॅमेऱ्यासमोर असणाऱ्याचं विश्व उजेडाचं विश्व होतं. त्या विश्वात सीमा होती आणि कॅमेऱ्याच्या टप्प्यात न येता, त्याच्या मागे, बांडगुळासारखे जे सगळे उरलेले बघ्ये लोक होते, त्यांचं विश्व अंधाराचं होतं.
त्या अंधाराच्या राज्यात आत्ता सीमाव्यतिरिक्त इतर सर्व होते. अंधारातली ही माणसं कायम अंधारात राहणारी असतात. ती ओळखीनं, वशिल्यानं अशीच शूटिंग पाहायला येतात. थिएटर आणि स्टुडिओ दोन्ही ठिकाणी ती अंधारात असतात. प्रकाश-अंधाराच्या सीमेनंच, सीमा आता आपल्यातली राह्यली नाही, याची रमाकांत-सुलभाला जाणीव झाली.
—मुहूर्ताच्या तिसऱ्याच दिवशी पेपरमधे सीमाचा फोटो झळकला. नाट्यसृष्टीतून

सिनेसृष्टीत सीमानं पदार्पण केल्याची बातमी सर्व वर्तमानपत्रवाल्यांनी मथळे देऊन प्रसिद्ध केली होती.
त्यानंतर आठच दिवसांनी कोणत्या तरी साप्ताहिकानं सीमाचा रंगीत फोटो मुखपृष्ठावर छापला. तो फोटो पाह्यल्यावर छोट्या लतूनं सर्वांच्या समोर विचारलं,
"मावशी, तू नीट कपडे का नाही घातलेस?"
लतूपेक्षा दोनच वर्षांच्या वडीलकीच्या नात्यानं हेमंत म्हणाला,
"गप्प बस. सिनेमात असेच कपडे घालावे लागतात."
तरी लतू म्हणाली,
"मला नाही आवडला ड्रेस."
प्रसंग उगीचच गंभीर व्हायला लागला. रमाकांत पटकन म्हणाला,
"लतू बेटा, तो काही वाईट ड्रेस नाही. आपण सर्कस पाहायला गेलो होतो, तेव्हा एकचाकी सायकल चालवणाऱ्या कितीतरी बायका तिथं होत्या. त्यांचे ते चकाकणारे कपडे तुला आवडले होते ना?"
लतू पटकन म्हणाली,
"त्यात माझी मावशी नव्हती!"
दुसऱ्या दिवशी ऑफिसात लंच अवरमध्ये रमाकांत-सुलभा नेहमीप्रमाणं भेटली, पण सुलभा गप्प होती.
"काय झालं तुला? कामावर येताना बरी होतीस."
"कुठं कुठं आवरायचं?"
"कशाबद्दल?"
"आमच्या डिपार्टमेंटला शर्मा नावाचा..."
"हं! तो चित्रपटवेडा..."
"तोच. त्यानं टेबलावर, काचेखाली सीमाचा फोटो कापून लावलाय."
"तसं व्हायचंच. मी नव्हता मध्यंतरी मेरिलीन मन्रोचा फोटो आणला?"
"तिचं निराळं."
"लतूसारखंच तू बोलतेस. Now it is difficult."
"माझी काळजी करू नका. मी मन मारायला शिकणारच आहे. मुलांचं बघा. ती जास्त बिघडणार आहेत. काल तुम्हांला चुणूक दिसलीच आहे."

एखाद्या परिस्थितीसाठी, प्रसंगासाठी आपण खूप तयारी करतो, संभाव्य प्रश्नमालेसाठी उत्तरांची मालिका तयार ठेवतो; आणि कधी कधी ती परिस्थिती कोणतेच प्रश्न विचारीत नाही! मुलांचं काय? -या प्रश्नानं अस्वस्थ झालेल्या सुलभाचं असंच झालं. हेमंतसाठी क्रिकेटची बॅट, स्टंप्स, सीझनचा बॉल, पॅड्स असा सगळा सेट

आणि लतूसाठी चाळीस रुपयांची बाहुली आणल्यानंतर, सिनेमात कपडे असेच असतात, इतकंच नव्हे, तर तो युनिफॉर्म आहे, याबद्दल लताचं मत पक्कं झालं. तिची मावशी खूप खूप मोठ्ठी होती. सीमा आपल्याच नव्या विश्वात इतकी दंग होती, की सुलभा पूर्वीसारखी मोकळी नाही, हे तिला समजलंच नाही आणि तेच बरं झालं.

दीड महिन्यात सीमाचं शूटिंग संपलं. पण तिचं नशीब इतकं बलवत्तर, की मुखर्जींच्याच सेटवर असताना तिला तीन कॉन्ट्रॅक्टस् मिळाली.

आणि एकदा ध्यानीमनी नसताना, सीमा रमाकांत-सुलभाच्या ऑफिसात येऊन उभी राह्यली. ती चौकशी करीत करीत सुलभाच्या खात्यात गेली. सुलभानं रमाकांतला फोन केला. तिघं मग कँटिनमधे जमली.

सीमा विशेष खूश होती. तिच्या हातात तीन-चार बॉक्सेस होते. तिला धीर निघत नव्हता.

चमकणाऱ्या टपोऱ्या काळ्या डोळ्यांनी सुलभाकडे पाहत ती म्हणाली,

''तू घरी आल्यावर तुला दाखवणार होते, पण दम निघेना. मग सरळ आले इकडे.''

बोलता बोलता तिनं एकेक डबा उघडायला सुरुवात केली. चारही डब्यांतून नजर ठरणार नाही अशा साड्या होत्या. त्या इम्पोर्टेड आहेत, हे निव्वळ पाहूनच समजत होतं.

चारही डबे सुलभाच्या हातात ठेवता ठेवता सीमाचे डोळे भरून आले.

''हे काय सीमू...''

''पहिलं पिक्चर संपलं आणि नवी तीन मिळाली, त्याबद्दल या चार साड्या.''

ऑफिसच्या कँटिनमधे आहोत हे विसरून सीमानं सुलभाला कडकडून मिठी मारली.

''तू वेडी झालीस सीमा. चार साड्या...''

''का, कशाला, केवढ्याच्या, ह्यातलं काहीही विचारायचं नाही. ह्या घटकेपर्यंत मी तुला काही दिलं नव्हतं.. नाटकाचे शंभर प्रयोग झाले, तेव्हाही काही दिलं नव्हतं.. तेव्हा आता चुपचाप राहून...''

''अगं, पण आत्ता आणि तेही इथे...''

''पाच तारखेला माझ्या पिक्चरचा प्रिमीअर आहे. त्या दिवशी मॅचिंग ब्लाऊजसहित तुझ्या अंगावर ही साडी हवी. बरं, ते राहू दे. मी गाडी घेऊन आले आहे. तुम्ही दोघं जरा लवकर पळा की!''

''पाहतो जमलं तर-''

तिघं एकदम बाहेर पडली. सीमा त्या दोघांना कुलाब्याला घेऊन गेली. एका भल्यामोठ्या दुकानासमोर गाडी थांबली. सीमानं सुलभासाठी चार कापडं घेतली.

दुकानाच्याच टेलरनं सुलभाचं माप घेतलं. खास सीमाच्या डायरेक्शनखाली कोणता ब्लाऊज कसा शिवायचा हे ठरलं. ठरलं म्हणजे रमाकांत नुसतं तटस्थपणे बघत होता. सीमानं सुलभाला बोलूच दिलं नव्हतं आणि सीमाला काय हवं आहे, ते टेलरला माहीत होतं.
सुलभानं फक्त एकच प्रश्न विचारला,
''एवढ्या लांब ब्लाऊज आणायला कोण येणार?''
''मेमसाब, फिकीर मत किजिए.'' सीमा हावभाव करीत म्हणाली आणि मग लगेच सूर बदलून टेलरला म्हणाली,
''कल शामको मै शोफरको भेज दूंगी. सब ब्लाऊज तयार रखना. गाडीका नंबर नोट किजीए.''
शंभराच्या दोन नोटा तिनं काउंटरवर सहज टाकल्या.
जितक्या सहजतेनं सीमानं काउंटरवर नोटा टाकल्या, तितक्याच सहजतेनं तिनं शोफरला सांगितलं,
''कल यहाँ आना, कपडा लेना और एलआयसी में जाके इनको दे देना.''
''जी हां.''

प्रिमीअरचा दिवस उगवला.
स्वत:चा पत्ता नव्हे, तर नाव-गाव हरवून चार जीव एका कोपऱ्यात उभे होते. आजूबाजूला कपडे आणि माणसं ह्यांचं एक सुगंधात न्हायलेलं जग! त्या जगात फक्त आकाश होतं. जमीन नव्हती. एका विलक्षण आवेगानं मोहरलेलं, नजरेत न सामावणारं आणि सर्वांग बधिर करणारं ते एक खरं मायाजालच होतं.
सीमा तिथं लीलया वावरत होती. फुलांचे गुच्छ स्वीकारीत होती. प्रत्येकाकडे सारख्याच आपलेपणानं पाहून हसत होती. नकळतपणे शेकहँड करीत होती. क्वचित कोणी खांद्यावर कौतुकानं थोपटलं, तर खोट्या रागानं बघत होती. एकदोघांनी तर चक्क तिला मिठी मारली. त्याचं तिला काही वाटलं नाही.
अशाच कुणी आणखीन एकानं सीमाला जवळ घेतल्यावर तो क्षण टिपून दोघा-तिघांनी फटाफट फोटो घेतले. रमाकांतनं सुलभाकडं पाह्यलं. तिलाही त्याचं काही वाटलं नाही, हे पाहून तो स्वत:शीच हसला.

त्यानंतर अर्थबोध व्हायच्या आत काही काही गोष्टी घडल्या- रमाकांतच्या बैठकीच्या खोलीत एक गालिचा आला. पाठोपाठ दिवाण, सेंटर टेबल आलं. एका रविवारी सकाळी एकदम चार माणसांनी घराचा ताबा घेतला आणि त्यांनी रमाकांतच्या बैठकीच्या खोलीला वॉल पेपर लावून दिला. काही तासांतच घरानं कात टाकली.

एके दिवशी संध्याकाळी रमाकांत-सुलभाचं स्वागत लताच्या स्वरांनी केलं. 'अकाई'चा टेपरेकॉर्डर नवीन चित्रपटातील गाणी ऐकवीत होता.

''सीमा, तुझा विचार तरी काय आहे?''

''घाबरू नकोस. हा टेपरेकॉर्डर विकत आणलेला नाही. नव्या पिक्चरची गाणी ऐकायला आज काही मंडळी येणार आहेत.''

''कधी?''

''आत्ता तासाभरात.''

''किती जण आहेत?''

''पाच-सहा, जास्त नाहीत-''

सुलभा पटकन उठली.

''हे काय, आत्ता तर आलीस. उठलीस का?''

''ती सगळी इथं जेवतील ना?''

''Don't worry. 'महाराजा'मधून आठ माणसांचं जेवण येणार आहे.''

''अगं, पण...''

''बस इथं. माझ्या नव्या पिक्चरची गाणी ऐक.''

रात्री दोनपर्यंत गाणी चालली होती. 'महाराजा'मधून आणलेला, काजू घातलेला पुलाव अंगावर आला होता. जेवण आणि संगीत दोन्हीची नशा रेंगाळत होती. पंचेंद्रियांबरोबर मनही तृप्तीनं तुडुंब भरलं होतं.

सकाळी जाग आली, तेव्हा सकाळचे नऊ वाजायला आले होते आणि म्हणूनच एका कुटुंबातल्या चारही माणसांनी शाळेला-ऑफिसला दांडी मारण्याचा निर्णय घेतला होता.

जादू करून पैसा निर्माण करता येत नाही, पण पैसा असला, की कोणती जादू करता येत नाही?... जिथं माणसं विकत घेता येतात, तिथं वस्तूंची काय कथा?... म्हणूनच ज्याप्रमाणे इतर गोष्टी घरात आल्या, त्याप्रमाणे एके दिवशी फोनही आला आणि आणखीन काही दिवसांनी बेडरूमला एअर कंडिशनरपण आला. तात्पुरता आलेला टेपरेकॉर्डर तिथंच राह्यला.

रेकॉर्डिंग-बॅकग्राउंड म्युझिक ऐकण्याच्या निमित्तानं मग वेळीअवेळी माणसं येत राह्यली. चहा-कॉफीचं सत्र तर एखाद्या हॉटेलसारखं दिवसरात्र चालू राह्यलं..उत्तम स्वयंपाक करणारा एक 'महाराज' पण पाहुण्या कलावंताप्रमाणे वावरू लागला. साध्या वरणभाताची जागा पुलावानं घेतली. जेवणापूर्वी टोमॅटो सूप हा आवश्यक घटक बनला. रोजच्या भाज्या अळणी वाटू लागल्या. मटण-ग्रेव्हीशिवाय स्वयंपाकाला पूर्तता येईनाशी झाली.

तीनच खोल्यांपैकी, एक एअर कंडिशन्ड खोली कायम सीमा आणि चित्रपट

व्यवसायातले कोणी ना कोणी यांच्यासाठी गेली.

रमाकांत-सुलभाचा संसार चाळीप्रमाणे पुन्हा एका खोलीत आला. या सगळ्या घटना आणि बदल होणं इतकं अपरिहार्य होतं की, नंतर नंतर ते बदल समर्पक वाटत राहिले. घरात येणाऱ्या कुचंबणेबरोबर एक झगझगीत कौतुकच नव्हतं, तर त्यात काही अवर्णनीय सुख आणि सोयपण होती. कामावरून दमून आल्यावर गरम चविष्ट ताट समोर येणं, हातावर पाणी पडताच एअर कंडिशन्ड खोलीत आराम लाभणं आणि स्वर्गीय संगीतलहरींनी दिवसभराच्या श्रमांवर हलकी फुंकर घालणं, यापुढे वेळीअवेळी माणसांनी हैदोस घालणं, सिगारेटच्या धुरापायी घराची फॅक्टरी होणं, जागरणापायी शरीर जड होणं इत्यादी गैरसोई नगण्य होत्या.

या सर्वांत एका अनपेक्षित सुखाची भर पडली.

असाच एक कोसळणाऱ्या धारांचा दिवस. ऑफिस सुटताच रमाकांत आणि सुलभा खाली रस्त्यावर आली. चालणं अशक्य व्हावं असं तांडवनृत्य! टॅक्सीवाले अमानुष झालेले. कुणी थांबायला तयार नाही. माणूस माणसाची किती अडवणूक करू शकतो, त्याचं तर मुसळधार पावसात प्रत्यंतर येतं. घरी सुखरूप आणि त्याच दिवशी पोहोचण्यासाठी मन कितीही अधीर झालं, तरी सचिवालयापासून दादरपर्यंत जर टॅक्सीवाल्यानं साठ-साठ रुपये मागितले, तर कोण देऊ शकेल?

रेल्वेनं पाठ फिरवलेली. बसेस अपुऱ्या, टॅक्सीवाल्यांतला राक्षस बाहेर आलेला. जंगलात वाट हरवल्याचं दुःख नाही; मुंबईसारख्या शहरात वाटा नाहीशा व्हाव्यात, या घावाला त्राता नाही.

रमाकांत-सुलभा त्याच अगतिकतेनं उभी होती. अशा प्रसंगी आपल्यासारखे हजारो लटकून पडले आहेत, या जाणिवेचं पण सुख होत नाही.

तेवढ्यात समोर मुखर्जी प्रॉडक्शनची गाडी.

सलाम करीत ड्रायव्हर खाली उतरला. सीमानं गाडी पाठवली होती.

दोघं पटकन आत बसली. कीव येऊन त्यांनी ऑफिसातल्या आणखी दोघांना 'चला' म्हटलं.

"कुठपर्यंत?" त्यांच्यापैकी एकानं विचारलं.

"आमचा पल्ला लांबचा आहे. तुम्हांला कुठं सोडायचं?"

"चर्नीरोडला."

गाडीनं नरीमन पॉइंटला वळण घेतल्यावर त्यांच्यापैकी एकानं विचारलं,

"सीमा तुमची बहीण ना?"

"हो."

"तिला बरीच कॉन्ट्रॅक्टस् आहेत सध्या!"

"हो." सीमाच्या नावाचा एकेरी उच्चार सुलभाला आवडला नव्हता.

"तुमच्याकडे असते का?"

"हो."

"तुम्हांला दोघांना खरंतर नोकरीची गरज नाही."

रमाकांतला गंमत वाटून त्यानं विचारलं,

"का बुवा?"

"तुमच्या घरात पैशाचं स्टॅग्नेशन झालं असेल आता."

एका अनोळखी माणसाचा तो शेरा ऐकून सुलभा खवळली. ती म्हणाली,

"शोफर, जरा गाडी रोकिए."

गाडी थांबताच त्या दोघांकडे बघत ती म्हणाली,

"तुम्ही दोघं इथं उतरू शकता-"

"आय ॲम सॉरी."

"म्हणूनच उतरा. आय डोंट डिझायर टू गिव्ह यू लिफ्ट."

दोघं उतरल्यावर रमाकांत म्हणाला,

"तू एवढी का चिडलीस?"

"त्यांचे प्रश्न तुम्हांला आवडले?"

"जगात नाना तऱ्हेची माणसं असतात. यातली ती दोघं. कोणत्या खात्यात आहेत, कुणास ठाऊक!"

"मी सांगते. तशा माणसांचं खातं 'जे'. "

"म्हणजे?"

" 'जे' फॉर जेलस."

घरी आल्यावर सुलभा म्हणाली,

"सीमा, आज तुझ्यामुळे घर नजरेला पडलं."

यावर पुन्हा एकदा पाऊस, पाणी तुंबणं, गाड्या बंद पडणं, टॅक्सीवाल्यांचा पाजीपणा या विषयावर चर्चा झाली. चर्चा संपता संपता सीमा म्हणाली,

"बहेनजी, कलसे फिकीर मत करो."

सकाळी साडेनऊ वाजता दाराशी गाडी आली. पोटातलं पाणी न हलता दोघं ऑफिसात पोहोचली. शोफर म्हणाला,

"शामको यहांही गाडी खडी करता हूं."

नव्या चित्रपटाच्या शूटिंगसाठी सीमा तीन महिने स्वित्झर्लंडला जाणार असल्याची बातमी रमाकांतला ऑफिसात कुणीतरी सांगितली.

"आपल्याला माहीत नव्हतं-" असं म्हणणं हीच थाप वाटेल, म्हणून त्यानं थाप ठोकली.

"आय नो दॅट."
संध्याकाळी त्यानं सीमाला म्हटलं,
"अभिनंदन!"
"कशाबद्दल?"
"तू स्वित्झर्लंडला जाणार म्हणे."
"कमाल आहे तुमची रमाकांत. तसं असतं, तर मी बोलले नसते का?"
"मलाही एकदोघींनी विचारलं!" सुलभा कौतुकानं म्हणाली.
"पेपरवाल्यांना काहीतरी चमचमीत मथळा हवा असतो. मुखर्जींचा विचार आहे, नाही असं नाही. पण अजून नक्की काहीच नाही. तुम्हांला अभिनंदन करायचंच असेल, तर निराळ्या कारणासाठी करा."
"सांगून टाक."
"आज नाही, या रविवारी."
रविवारी सकाळी सीमानं सगळ्यांना बाहेर काढलं. कुठं जायचं हे शोफरला माहीत असावं. सांताक्रूझच्या लायन्स गार्डनवरून गाडी जुहूकडे वळली. खूप वळणं घेत ती एका अवाढव्य इमारतीच्या कंपाउंडमधे शिरली. सलाम करीत गुरखा धावत आला. त्यानं मोटारचं दार उघडलं.
चौदाव्या मजल्यावर लिफ्ट थांबली.
परतीच्या वाटेवर सुलभा उदास होती.
"तू गप्प का सुलू?"
"गप्प कुठे, बोलतेय ना...!"
"तसं नाही, खरं बोलायचं."
शेवटी बोलायचं ठरवून सुलभानं विचारलं,
"आम्हाला कंटाळलीस?"
"तू असं काहीतरी मनात आणशील, हे मी ओळखलं होतं."
सुलभा डोळे पुसत म्हणाली,
"उत्तर टाळू नकोस."
"तू खरंच वेडी आहेस. कंटाळण्याचा प्रश्नच कुठे येतो? मी तर सारखी बाहेरच असते. आणि आता चार महिने मी जाणारच."
"ठरलं?"
"जायचं नक्की, स्वित्झर्लंडच असं नाही."
"मग एवढी घाई कसली होती?"
"मुखर्जींनी फ्लॅट पाहून ठेवला होताच."
"पण काही अडलं होतं का?"

जरा वेळ थांबून सीमा म्हणाली,

"तू कोणताही गैरसमज करून घेणार नसलीस तर सांगते."

"सांग... मला काही वाटायचं नाही."

सीमा हलक्या आवाजात म्हणाली,

"मी तुमच्यासाठीच जातेय."

"म्हणजे काय?"

"सुलू, शांतपणे विचार करू या, आणि सर्वांना पटतं का पाहू या. तुला, रमाकांतना आणि या बाबा लोकांनाही."

मधेच लतू म्हणाली,

"मावशी, तू कुठंही जा. मी तुझ्याच घरी येणार."

"हे आवडलं मला. एकटी राहशील ना?"

"मी 'एकटी' असं कुठं म्हणाले? मी आले की सगळ्यांना घेऊन येणार."

सगळ्यांना हसायला आलं. निर्माण झालेला तणाव कमी झाला. सीमा काही वेळ गप्प बसली. वाट पाहून सुलभा म्हणाली,

"सांगतेस ना?"

"खरंच सांगते, मी तुमच्या स्वास्थ्याचा विचार करूनच जाते आहे. माझं सगळं आयुष्यच बॅलन्स व्हील तुटल्यासारखं. घड्याळाचंच बंधन नव्हे, तर कुटुंबातली मंडळी जेवढी बंधनं पाळतात, त्या सर्वांतून मुक्त झालेला असा आमचा व्यवसाय. आमच्या व्यवसायातली माणसं समाजापासून जितकी लांब असतील तितके समाजावर उपकार होतील. मी आल्यापासून तुमची मी केवढी कुचंबणा केली आहे, ते मला स्पष्ट दिसतंय. खूप दिवसांपासून मला ते जाणवत होतं. तुम्ही दोघं मोठ्या मनाची आहात, म्हणून सहन केलंत. माझा व्याप वाढत जाणार. परमेश्वर एवढं यश देईल हे मला माहीत नव्हतं. ते मिळालं. आता मला चार माणसांसाठी असलेला संसार दुरावला आहे. तेव्हा लांब जाण्याची हीच वेळ आहे."

"अगं, पण..."

"आणि सुलू, दुसरी एक महत्त्वाची गोष्ट सांगते. मी तुमची आहे. तुम्ही माझेच आहात, पण चित्रपटव्यवसायातला प्रत्येक माणूस घरात, स्वयंपाकघरापर्यंत यावा, अशा लायकीचा नसतो. मला त्यांच्यातच राहावं लागणार, कारण तेच आता माझं कुटुंब आहे. पण तुमच्यासारख्या मंडळींनी –ज्यांना घरदार, पत-प्रतिष्ठा, मुलंबाळं, शिक्षण-संस्कार आहेत, त्या सर्वांनी –ज्यांना लांब ठेवता येणं सहज शक्य आहे, अशा माणसांना कटाक्षानं लांब ठेवावं. तेव्हा रागावू नकोस, स्वत:कडे दोष घेऊ नकोस, आणि जितक्या हसऱ्या चेहऱ्यानं मला पहिल्या दिवशी 'ये' म्हणालीस तितक्या सहजतेनं निरोप दे."

सुलभाला हुंदक्यावर हुंदके येत होते. सीमा रमाकांतला म्हणाली,
"तुम्ही हिची समजूत घाला."

विमानतळावर सीमाला निरोप देऊन आल्याच्या तिसऱ्याच दिवशीची गोष्ट.
रमाकांत-सुलभा सगळं आटपून बसली होती. आता गाडी आली, की निघायचं.
साडेनऊ झाले. गाडीचा पत्ता नाही. पावणेदहा, दहा, तरीही गाडी नाही!
"तो येईल नक्की. नाहीतर एव्हाना फोन आला असता."
साडेदहापर्यंत वाट पाहून दोघं निघाली. ऑफिसची वेळ गरज नसताना पावसानं का
सांभाळावी? पण त्या सुमारास तो हमखास येतो, एवढं नक्की.
मुसळधार पावसातून ऑफिस गाठायला बारा वाजले. सकाळी जे घडलं, तेच
संध्याकाळी. गाडीचा पत्ता नाही. अर्धा तास वाट पाहून दोघं घरी आली, तर
बाहेरच्या खोलीत मुलं एवढासा चेहरा करून बसलेली.
लतू तर रडायलाच लागली.
न विचारता दोघांना काय ते समजलं.
टेपरेकॉर्डर गायब झाला होता. बेडरूममधला एअरकंडिशनरपण नेण्यात आला
होता.
लतू रडत म्हणाली,
"फोनसुद्धा जाणार आई..."
रात्रीचा स्वयंपाक-जेवणं झाल्यावर महाराज पण नमस्कार करून, निरोप घेऊन गेला.

आज एक वर्षानं दोघं पुन्हा रेल्वेचा पास काढायला रांगेत उभी होती. बाहेर पाऊस
होताच. वातावरण कुंद होतं. पाऊस असतानाही उकडत होतं. सगळीकडे माणसं,
माणसं, माणसं. भसाड्या आवाजातल्या गाड्या कॅन्सल केल्याच्या निर्लज्ज घोषणा
होत होत्या. दोघं प्लॅटफॉर्मवर आली. गाड्यांची नेहमीची भानगड होती. बाक तर
सोडाच, प्लॅटफॉर्मपण रिकामा नव्हता. आता पहिल्या तीन-चार गाड्या सोडण्याशिवाय
गत्यंतर नव्हतं. दोघं त्यातल्यात्यात बाजूला उभी राहिली आणि मग कालपासून
मर्यादित ठेवलेला ज्वालामुखी उफाळून बाहेर आला.
"चोर, डँबीस माणसं सगळी!"
"कोण?" रमाकांतनं शांतपणे विचारलं.
"कशाला वेड पांघरताय? ही, ही, ही सगळी सिनेमातली हरामखोर माणसं!"
समोरच्या एका सिनेमाच्या आगामी चित्रपटाच्या फलकाकडे हात करत सुलभा
म्हणाली. त्या त्राग्याकडे पाहून रमाकांतला हसायला येत होतं, पण जर आपण
हसलो, तर सुलभा आणखीन भडकेल म्हणून न हसता तो म्हणाला,

"त्यांना शिव्या कशाला देतेस?"

"तुम्ही एक अक्षर बोलू नका. लाजा वाटत नाही चोरांना. केव्हाही येत होते, चरत होते, जात होते, घराचं माळरान केलं होतं. टेपरेकॉर्डर आणि इतर वस्तू नेताना त्यांची दातखीळ बसली होती काय?"

"फक्त एअरकंडिशनर तर नेला..."

"म्हणून काय झालं? बेशरम लोक. अगोदर सांगायची माणुसकी..."

"हे बघ सुलू, ह्या गोष्टी आणल्या तेव्हा त्यांनी आपल्याला विचारलं होतं का? तेव्हा आपण का नाही चिडलो?"

सुलभा म्हणाली,

"तेच मला म्हणायचंय. आम्ही त्यांच्या आयुष्यात कधीच डोकावणार नव्हतो. त्यांना आमच्याशी असं खेळायचा काय अधिकार होता?.. आम्ही मजेत होतो. आम्हाला गर्दीची सवय झाली होती. हे हे भरलेले प्लॅटफॉर्म, न येणाऱ्या गाड्या, हे सगळं आवडत होतं की नाही?"

रमाकांत म्हणाला,

"महाराजपासून गाडीपर्यंत सगळं गेलं म्हणून तू चिडली आहेस."

सुलभा खवळून म्हणाली,

"तुम्ही साधुपुरुष आहात का?.. प्रामाणिकपणे कबूल करा, की तुमचीपण झोप उडालीय म्हणून! एक वर्ष जाता-येता गाडी होती दाराशी. आपण मागितली होती?"

"अगं, पण..."

"त्यांच्या वस्तू त्यांनी नेल्या म्हणून मुळीच मी आरडाओरड करत नाही. आमचे आनंद त्यांनी नेले दरोडा घालून. आमचं रोजचं जगणं आम्हांलाच त्यांनी पारखं केलं. त्यांना हा अधिकार कुणी दिला होता?"

"मी बोललो, तर तू आणखीनच चिडशील. पण खरं बोलायचं झालं, तर आपणच जबाबदार आहोत सगळ्याला. आपण आपल्याच हातानं स्वातंत्र्य विकतो."

"तुमचं निराळंच असतं...!"

"ऐकून घे. 'नाही' म्हणायचं स्वातंत्र्य प्रत्येक माणसाला असतं; ते आपण उपभोगत नाही."

"म्हणजे काय?"

"घरात नव्हे– आपल्या आयुष्यात येणाऱ्या किंवा घडणाऱ्या गोष्टींना आपण 'नाही' का म्हणत नाही? न पटणाऱ्या, न पेलणाऱ्या गोष्टी आपण का स्वीकारतो? आपणच दुसऱ्याला आपल्यावर अतिक्रमण करून देतो. जेव्हा आपल्याला त्याचा वीट येतो, तेव्हा उशीर झालेला असतो आणि जेव्हा आपल्याला त्याची चटक

लागते, तेव्हा इतरांचा इंटरेस्ट संपलेला असतो.''

रमाकांतला खूप सांगायचं होतं. एखाद्या चित्रपटात ड्रीम सीक्वेन्स असतो, तसं घडलं; ह्या घटनेकडे असं पाहायला हवं, हे त्याला सांगायचं होतं. पण सुलभाला काही ऐकायचं नव्हतं.

कोणतंही समर्थन मूळ दु:खाची हकालपट्टी करू शकत नाही. वर पट्टी बांधायची, ती जखम केवळ झाकण्यासाठी. आत जखम आहे, ती ज्याची त्याला ठसठसत असतेच. रमाकांत असलंच काहीतरी ऐकवणार होता. ती तुटकपणे म्हणाली,

''चला.''

''ही गाडी सोडू या.''

''असा काय फरक पडणार आहे आता? चला..''

रमाकांतनं गाडी पकडली.

चर्चगेटला बाहेर पडता पडता पाठीवर थाप पडली. पाहतो तो सिधये. डोळे विस्फारीत त्यानं विचारलं,

''तू?... आणि ट्रेननं?''

रमाकांत डोळे मिचकावीत म्हणाला,

''मस्तपैकी लटकून आलो.''

सिधये जरा रागावून म्हणाला,

''आणि सांग, वहिनींचं पातळ मस्तपैकी फडफडत होतं म्हणून.''

''You are correct..!''

■

बिरबलाची आणीबाणी

"बिरबल..."
"जी, जहांपन्हा..."
"राज्याची खबर..."
"एकदम उत्तम हुजूर."
बादशहाने सगळ्या दरबारावरून नजर फिरवली. दरबार चित्रासारखा तटस्थ उभा होता.
तटस्थ आणि शांत.
पण तो तृप्त वाटत नव्हता. शांततेमागे तृप्ती असावी, सुतक नसावे. तटस्थतेमागे जाणीव असावी, तडफडाट नसावा. दरबारातली आत्ताची शांतता महाराजांना दुसऱ्या स्वरूपाची वाटली. बिरबलावर पुन्हा नजर स्थिर करीत बादशहानं विचारलं, "बिरबल, तुझ्या विधानावर मी विश्वास ठेवावा काय?"
"महाराजांना अशी दासाबद्दल शंका का यावी?"
"दरबारातल्या लोकांचे, मानकऱ्यांचे चेहरे असे सुतकी का दिसतात?"
"जहांपन्हा, ते सरकारी नोकर आहेत. आपण खाजगी कंपन्यांतून नोकरीला नाही आहोत हे दाखवण्यासाठी, परंपरेनं असा चेहरा ठेवायचा त्यांनी प्रयत्न केलेला आहे, सराव केलाय."
"असं? मग खाजगी कंपन्यांतून कामं करणारा माणूस कसा दिसतो? त्यांचे चेहरे..."
नम्रतेनं कमरेत वाकत बिरबल म्हणाला,
"महाराजांनी परवाच ते चेहरे नाही का पाह्यले?"
"कधी?"
"ॲटॉमिक एनर्जीच्या आणि टाटाच्या एका शाखेचं आपण आपल्या हस्ते... चुकलो... शुभहस्ते उद्‌घाटन..."
एकाएकी आठवल्याप्रमाणे बादशहा म्हणाला,

"बिरबल, बरी आठवण केलीस. इथून पुढं ज्या विषयातलं आम्हांला काही कळत नाही, तिथं आम्हांला तुम्ही उद्‌घाटनाला नेत जाऊ नका."
"का?"
"आम्हांला अशा ठिकाणी जाण्याचा काय नैतिक अधिकार आहे? त्या त्या क्षेत्रातल्या मान्यवरांनी तिथं जावं."
बादशहाच्या ह्या परखड विधानावर, दरबारातील एक मानकरी पुटपुटला,
"म्हणजे महाराजांना कुठंच नेता येणार नाही."
तेवढ्यात बिरबल म्हणाला,
"महाराज, काही गोष्टी संकेतानं प्रमाण झालेल्या असतात, तर काही प्रजाजनांनी गृहीत धरलेल्या असतात. 'महाराजांना सगळं समजतं' ही अशीच एक बाब आहे. जनता हा एक समंजसपणा दाखवते. त्याला मान द्यायचा म्हणून महाराजांनी सर्वत्र जायला हवं. ते असो. पण महाराजांना ते चेहरे आठवले का?"
विचार करीत बादशहा म्हणाला,
"होय बिरबल, ते चेहरे निराळे होते."
"जहांपन्हा, बोनस मिळणारे चेहरे आणि सरकारी चेहरे ह्यात तफावत असतेच."
"ॲटॉमिक एनर्जी..."
"सरकारीच हुजूर. पण बोनस हा काय केवळ पगाराच्या संदर्भात नसतो. वातावरण, सोयी, फर्निचर, उत्तम कँटिन, कामावर जाण्यायेण्याची यंत्रणा..."
"समजलो. बिरबल, महिन्याच्या आत दरबारातल्या सगळ्या कर्मचाऱ्यांना ह्या सोयी उपलब्ध करून द्या."
बिरबल घुटमळत म्हणाला,
"तिजोरीचा ताण वाढेल."
"कर वाढवा."
"जनता बिथरेल."
"काळा पैसा शोधून काढा."
"जहांपन्हा, त्यासाठी योजना तयार आहे."
"मग तातडीनं उपाययोजना... त्याची अंमलबजावणी..."
"सरकारची अनुज्ञा असेल तर दरबारास मी योजना आत्ता सादर..."
"नको."
"का?"
"एका सार्वजनिक इस्पितळाच्या पायाभरणी समारंभास जायचं आहे."
"महाराजांनी अभय द्यावं."
"आहे."

"जहांपन्हा, गेल्याच वर्षी आपण शतसांवत्सरिक वर्ष म्हणून तीन ठिकाणी पायाभरणी समारंभ केलेत. त्या तीन इस्पितळांच्या बांधकामाला अजून प्रारंभ झाला नाही. आपण ह्यात वेळ का घालवता?"

बादशहाने ह्या लक्ष्यवेधी प्रश्नाकडे दुर्लक्ष केलं आणि दरबाराकडे नजर टाकीत ते म्हणाले,

"असं काहीतरी करा, की देशाची उन्नती होईल. असं काहीतरी करा, की नागरिकांना स्वत्वाची जाणीव होईल. असं काहीतरी करा, की उद्या उगवत्या सूर्याला आपण एका नव्या राष्ट्रावर आपली किरणं फेकीत आहोत, असं वाटेल. पैशापेक्षा चारित्र्य, कपड्यांपेक्षा आरोग्य आणि विचारांपेक्षा आचार, शब्दांऐवजी कृती ह्यांचं महत्त्व नागरिकांना पटेल असं करा. थोडक्यात, जेणेकरून राष्ट्राची जोरदार आगेकूच होत राहील असं करा."

एवढं बोलून महाराज जोरदार आगेकूच करीत जनानखान्याकडे चालते झाले.

दरबारातल्या सावल्या जागच्या जागी गेल्या आणि 'महाराजांनी पायाभरणी समारंभाची रंगीत तालीम करून घेतली.' असं मनाशी म्हणत बिरबल त्याच्या कार्यालयाकडे निघाला.

बिरबलाचा चेहरा खट्याळ दिसत होता.

त्याची नवी योजना तयार होती.

ती राबवायची होती.

किती वाजले ते पाहण्यासाठी सुलाखेनं ट्रॅन्झिस्टर लावला, तर एक निवेदन कानावर पडलं–

'पंचेंद्रियांशिवाय माणूस जसा जगू शकत नाही, तसाच रेशनकार्डाशिवाय. आपले रेशनकार्ड बरोबर असल्याची खात्री करून घ्या.'

त्यानंतर एक हल्लागुल्ला टाइप गाणं लागलं. मग पुन्हा एक आवाहन–

'आपला रेशनकार्ड क्रमांक ध्यानात ठेवा.'

सुलाखे कामावर आला, तेव्हा सर्वत्र हाच विषय.

"सालं, रेडिओनं आज टाळकं उठवलं!"

"रेशनकार्डाबद्दल ना?"

"तर काय! एका तासात रेशनकार्डाची जाहिरात पंधरा वेळा. काय प्रकार असेल रे?"

दुसऱ्या दिवशी पुन्हा तीच चर्चा.

"आता टीव्ही पण पाहायला नको. दर दहा मिनिटांनी रेशनकार्डाचा क्लोज अप

आणि 'रेशनकार्डाशिवाय शहराच्या हद्दीत राहू नका, तो गुन्हा आहे.' असा प्रेमळ सल्ला.''

रेडिओ आणि टीव्हीच्या पाठोपाठ सगळ्या थिएटर्समधून रेशनकार्डाच्या स्लाइड्सचा आणि लघुपटांचा मारा झाला. रस्तोरस्ती, गल्लोगल्ली, खांबोखांबी आणि भिंतोभिंती एकच प्रचार–

'रेशनकार्डाशिवाय शहरात राहू नका आणि आपला रेशनकार्ड क्रमांक ध्यानात ठेवा.'

कुटुंबनियोजनाचा प्रचार मागे कधी पडला, ह्याचाही लोकांना पत्ता लागला नाही.

प्रचाराच्या अतिरेकाला राजवाड्यावरची माणसंही कंटाळली. खुद्द बादशहालाच छायागीत पाहता पाहता एकच जाहिरात पाच वेळा पाहावी लागली. त्यांनी चिडून बिरबलला वाड्यावर बोलावून घेतलं.

नेहमीच्याच नाटकी पद्धतीनं, विनम्र भाव धारण करीत बिरबल बादशहासमोर हजर झाला.

''बिरबल, तुमच्या नव्या मोहिमेचा आम्हांला अर्थबोध झालेला नाही. नागरिकही भांबावलेले आहेत.''

''खाविंद, हे फारंच छान झालं!''

''ह्याचा अर्थ?''

''भांबावलेला माणूस अस्थिर असतो. अस्थिर माणसाची विचारशक्ती क्षीण बनते. क्षीण विचारांची माणसं एकत्र येत नाहीत. माणसं एकत्रित नाहीत म्हणजे संघशक्ती नाही. संघशक्तीशिवाय आंदोलन अशक्य!''

बादशहा ह्या चर्पटपंजरीला कंटाळला, पण ह्यातलाच मुद्दा संदेश देण्यासाठी वापरता येईल, म्हणून बादशहा गप्प बसला.

''बिरबल, मी मोहिमेबद्दल बोलतोय.''

''जोरात आहे.''

''किती कलमं आहेत?''

''ही भानगड ठेवली नाही, हुजूर. मागच्या आणीबाणीत आपण वीस कलमांचा प्रचार केला, नंतर त्यात पाच कलमांची भर घातली. तेव्हा काही खोडसाळ प्रवृत्तीच्या लोकांनी उद्‌गार काढले की, 'कलमं अशीच वाढणं, म्हणजे नक्की राष्ट्र प्रगतीवर आहे.' तेव्हा ह्या मोहिमेत कलमांची भानगड नाही.''

''ते जे असेल ते. मला फक्त विकास हवाय.''

''आठ दिवस थांबावं, मी राष्ट्राचं चित्र बदलतोय.''

आज पगाराचा दिवस.
पण पगाराऐवजी प्रत्येकाच्या हातात एकेक पत्रक पडलं.
सगळं ऑफिस हादरलं. केवळ ऑफिस नव्हे, तर अख्खं शहरच. इथून पुढं कुणालाच पगार मिळणार नव्हता. सगळे व्यवहार रेशनकार्डाच्या क्रमांकावर होणार होते. रात्री नभोवाणी आणि दूरचित्रवाणीवरून महाराज राष्ट्राला संदेश देणार होते. टीव्ही पाहायला हातातलं काम टाकून लोकांनी घरोघरी गर्दी केली. बादशहाची स्वारी पडद्यावर आली.

"राज्यात उद्यापासून एका महान प्रयोगाला, महान पर्वाला प्रारंभ होत आहे. अशा ह्या ऐतिहासिक क्षणी, सुवर्णाक्षरात नोंद व्हावी अशा प्रसंगी असामान्य माणसं गोंधळून गेली आहेत, तिथं सामान्यांची काय कथा? तरीही लक्षात ठेवा, गोंधळलेला माणूस अस्थिर असतो. अस्थिर माणसाची विचारशक्ती क्षीण बनते. क्षीण विचारांची माणसं एकत्रित होत नाहीत. एकत्रित झाल्याशिवाय संघशक्ती निर्माण होत नाही. संघशक्तीशिवाय आंदोलन असंभव. तेव्हा आपण सर्व शांत राहू. नव्या आंदोलनात भाग घेऊ आणि नव्या युगाचं स्वागत करू."

ह्या पलीकडे बिरबलनं काही सांगितलं नसल्यामुळे महाराजही काही जास्त बोलू शकले नाहीत. संदेश संपताच घरोघरी चर्चा सुरू झाली.
"ह्याचा अर्थ काय? पगार का नाही, ह्याचा खुलासाच नाही."
"म्हणजेच नवं पर्व."

पहाटे साडेपाच वाजता इकडूनतिकडून पैसे गोळा करून, तीन बाटल्या घेऊन सुलाखे दूधकेंद्रावर निघाले. त्यांचा कोटा मिळताच त्यांनी पैसे पुढे केले. केंद्रावरचा माणूस म्हणाला,
"पैशाची गरज नाही. फक्त रेशनकार्डाचा नंबर सांगा."
"आणि उद्या?"
"रोज असंच."

ह्या आश्चर्याचा धक्का ओसरतो न ओसरतो, तोच पेपरवाला आला. त्यानं पेपर टाकीत विचारलं,
"साहेब, रेशनकार्ड नंबर सांगता का?"
तो नंबर सांगताच पेपरवाल्यानं मागच्या महिन्याचं पेपरबिल मिळाल्याची पावती दिली.
सुलाखे पाहतच राह्यले. नुकत्याच हाती आलेल्या पेपरातच काहीतरी खुलासा

असेल, म्हणून त्यांनी पेपर उघडला.
तर पहिल्या पानावर, फुलपेज निवेदन–
'तुमच्या रेशनकार्डाचा तुमच्या जीवनाशी फार निकटचा संबंध आहे.'

रेल्वेपास काढण्यासाठी सुलाखे स्टेशनवर आले. इथंही नुसता रेशनकार्ड क्रमांक सांगताच त्यांना पास मिळाला.

ऑफिसात एकच चर्चा होणं अपरिहार्य होतं. कुणी वाणीसामान फुकट आणलं होतं, तर कुणी हॉटेलात जाऊन यथास्थित ब्रेकफास्ट घेतला होता. त्या क्षणापर्यंत तरी कुणाचं काहीही अडलं नव्हतं आणि तरीही प्रत्येकजण चिंतेत होता.
दोन ते चार दिवसांनी बादशहाच्या सहीशिक्क्यानं एक फतवा निघाला.

'तमाम नागरिकांना कळवण्यात येते, की नव्यानं सुरू झालेला प्रयोग शंभर टक्के यशस्वी झालेला आहे. आता थोड्याच दिवसांत प्रत्येक कुटुंबाला त्याचा दर्जा कळवण्यात येईल. दर्जा पुढीलप्रमाणे ठरविण्यात येईल.'
उच्च वर्ग - अ
उच्च मध्यमवर्ग - ब
मध्यमवर्ग - क
कनिष्ठ - ड
कनिष्ठतर - इ
'आपण कोणत्या विभागात–वर्गात येतो, ते प्रत्येक नागरिकास कळवण्यात येईल. गेल्या काही दिवसांच्या पाहणीवरून हे वर्गीकरण करण्यात आलेलं आहे. ह्या दर्जाप्रमाणे कोणत्या कुटुंबानं कोणतं धान्य खायचं, टेरिलिन, टेरिकॉट, कॉटनपैकी कसलं कापड वापरायचं, प्रवासात किंवा नाटक-सिनेमासाठी कोणता वर्ग निवडायचा, कोणत्या ग्रेडच्या हॉटेलात जायचं, कोणती पेस्ट वापरायची इथपासून कोणती दारू घ्यायची, घराला कोणता रंग द्यायचा, कोणतं वाहन वापरायचं, मंगलकार्यातून कसा, कोणता आहेर करायचा, परदेशी जायचं की नाही, महिन्यातून किती वेळा टॅक्सी करायची, हे सर्व ठरवण्यात येईल. स्वत:चा वर्ग विसरून, ज्या नागरिकांकडून जास्त खर्च होईल, त्यांचं रेशनकार्ड जप्त करण्यात येईल.'

निवेदन जाहीर झाल्यावर राजवाड्याकडे अमीर-उमरावांपासून रस्त्यावर राहणाऱ्यापर्यंतच्या माणसांची रांग लागली. स्वत:चा दर्जा कोणता हे प्रत्येकाला हवं होतं आणि अशा संक्रमणाच्या काळात बिरबल नेमका नाहीसा झाला होता. कुणालाही ठावठिकाणा न सांगता तो कुठं गेला होता, हे समजत नव्हतं.

बादशहा पिसाळल्यासारखा झाला होता, तर दरबारामधली इतर मानकरी मंडळी आनंदानं नाचत होती. केवळ रेशनकार्ड क्रमांकावर शहराचा संपूर्ण कारभार मोडकळीस येईल आणि दरबारातील बिरबलाचं वर्चस्व आपोआपच आहोटीला लागेल, ह्यात आता संदेह नव्हता.

बादशहाची एवढी कुचंबणा आजवरच्या राजकीय जीवनात कधीही झाली नव्हती. बिरबलाला शोधून देणाऱ्यास बक्षीस जाहीर करावं, तर आता पैशाचा संबंध राह्यला नव्हता.

'सापडून देणाऱ्यास पन्नास हजार रेशनकार्ड देण्यात येतील...' असं थोडंच जाहीर करता येणार होतं? खोट्या कार्डांचा काय उपयोग?

शेवटी बादशहाची स्वारी स्वत:च बिरबलाच्या शोधासाठी बाहेर पडली. 'देश आणि जनता ह्यांच्या आरोग्यासाठी आणि प्रगतीची पाहणी करण्यासाठी आपण हा झंझावाती दौरा आखला आहे.' असं निवेदन करायला बादशहा विसरला नाही.

पण तिसऱ्याच दिवशी बादशहाला हा दौरा आटोपता घ्यावा लागला. पेट्रोल संपल्यामुळे शोफरनं बादशहाची मर्सिडीस एका पंपासमोर उभी केली.

'टाकी फुल करा' म्हटल्यावर पंपवाल्यानं टाकी काठोकाठ भरली आणि रेशनकार्डाचा नंबर विचारला. शोफरनं पटकन स्वत:चा नंबर सांगितला. त्याचा उपयोग झाला नाही.

बादशहाला नंबर तर सोडाच, पण स्वत:चं कार्ड तरी आहे की नाही, हे माहीत नव्हतं.

पंपासमोर गाडी तशीच ठेवून टॅक्सीनं परत फिरण्याशिवाय पर्याय नव्हता.

"ह्या हरामजाद्याला त्रिखंडातून शोधून आणा–" बादशहा ढगासारखा गडगडला.

तेवढ्यात शांत स्वरात समोरून उत्तर आलं,

"बंदा हाजिर है."

समोर हात जोडून बिरबल उभा.

चिडलेले जहांपन्हा हातवारे करीत म्हणाले,

"तुला आज अस्मानाएवढा आनंद झाला असेल!"

"का?"

"खुद्द बादशहाची गाडी रेशनकार्ड नसल्यामुळे वाड्यावर परत आली, तेव्हा..."

"अरेरे! खाविंद, आपण रेशनकार्ड काढलेलं नसेल, ह्याची मला कल्पना नव्हती. मग बहुतेक बेगम साहेबांनीसुद्धा कार्ड..."

"बिरबल, हा रेशनकार्डाचा बकवास बंद कर. त्या जाहिरातींनी काही कमी डोकं उठवलेलं नाही." बादशहा टिपेच्या पट्टीत ओरडला.

बिरबलाच्या डोळ्यात हुकमी पाणी आलं. सर्वात लाडक्या मंत्र्याच्या डोळ्यात पाणी पाहून बादशहा विरघळला.
बिरबल म्हणाला,
"जहांपन्हा, वावगा शब्द गेला असेल, एखादी चूक घडलीही असेल, पण जे करतोय ते गादीसाठी करतोय. गादीपुढे महाराज, मी देशाचीही पर्वा केलेली नाही."
हे मजेशीर विधान ऐकून बादशहानं विचारलं,
"रेशनकार्डावर सगळे व्यवहार करून गादीची निष्ठा कशी..."
"गुन्ह्याची माफी असावी, अभय..."
"अभय आहे."
"सरकार, आपली गादी कायम आपल्याच घराण्यात राहावी, म्हणून ही धडपड. आपले चिरंजीव कसे आहेत, हे साऱ्या राष्ट्राला माहीत आहे."
मुलाच्या आठवणीनं बादशहा बेचैन झाला. बिरबल म्हणाला,
"एकाधिकार पद्धतीनं राष्ट्रातलं सगळं धान्य युवराजांच्या एकट्याच्या अधिकारात राहील, अशी खरेदी योजना मी सुरू केली आहे."
पुढची सगळी योजना बादशहाच्या ध्यानात येऊन तो प्रसन्न झाला. उत्साहानं बिरबल म्हणाला,
"रेशनकार्डाशिवाय जनतेला अस्तित्व नाही आणि युवराज एकूणएक धान्याचे मालक. आणखीन काय हवं?"
बादशहा हुरळून म्हणाला,
"जनता काय म्हणते?"
"संपूर्ण जनतेचं माहीत नाही, पण एकजण सभेत म्हणाला, 'नेतृत्वाचा संबंध पितृत्वापेक्षा कर्तृत्वाशी असायला हवा.' "
—ह्या वाक्याचा अर्थ समजायला बादशहाला जरा वेळ लागला, पण तो समजताच तो गरजला,
"त्या कोण्या माणसाचं काय केलंस?"
"सध्या विदूषक म्हणून सोडून दिलाय. वेळ आलीच तर रेशनकार्ड जप्त करीन."
"त्याचा काय फायदा?"
"फारच मोठा फायदा आहे. नियंत्रणाचा मार्ग पोटाकडून मेंदूकडे जातो. महाराज, पोट गहाण पडलं, की मेंदू आपोआप गुलाम होतात. तेव्हा मी फक्त रेशनकार्ड ताब्यात ठेवलं आहे. बाकी आचार, विचार, लेखन सगळी स्वातंत्र्यं जनतेकडेच आहेत."
हा विचारही बादशहाच्या विचारशक्तीपलीकडचा होता. त्यानं मग बिरबलाला विचारलं,
"शेवटी सगळं ठीक होईल ना?"

''शेवटी कशाला? आत्तापासूनच सगळं ठीक आहे.''
''हे इथं वाड्यात राहून सांगू नकोस.''
''माफी असावी खाविंद... राज्याची पाहणी करूनच मी हे बोलतोय.''
''पाहणी कधी केलीस?''
''वेष पालटून गेले काही दिवस मी शहरातच होतो. बरोबर लवाजमा नव्हता, बंदोबस्त नव्हता, दहादहा-बाराबारा मोटारींचे ताफे नव्हते की पायलट कार्स नव्हत्या.''
''तुझा रोख माझ्यावर दिसतोय!''
''जहांपन्हा, आपल्यावर नाही. संवाद करायचा आहे, असा दावा करणाऱ्या प्रत्येकावर आहे. संवाद करायचा, तर दोघांची पट्टी एक हवी. मी तानपुऱ्याच्या एका षड्जासारखा जनतेच्या षड्जाबरोबर एक झालो.''
बादशहाला हेही नको होतं.
तो म्हणाला,
''पुढचं सांग.''
''रेशनकार्डाच्या पद्धतीवर जनता खूश आहे. अन्न, वस्त्र आणि निवारा ह्या प्राथमिक गरजा. राज्यकर्त्यांनी त्या पुरवायच्या असतात. ह्या तीन गरजा भागल्यी, की उरलेला सगळा डामडौल असतो. दर्जा, पत, प्रतिष्ठा, स्टेटस हे सगळे राक्षस. त्यामुळे जहांपन्हा, अमीर-उमरावांना प्रतिष्ठा विकत घेता येते म्हणून ते खूश, झोपडपट्टीत हे राक्षस नांदत नाहीत म्हणून कनिष्ठतर वर्ग खूश. ससेहोलपट चालली होती ती मध्यमवर्गाची. खोट्या प्रतिष्ठेसाठी धावून धावून तो जिवंत असून मेलेला होता. आहेर, हुंडा पार्ट्या, ड्रिंक्स, इस्त्रीचे कपडे, महागडं शिक्षण, लौकिक, अब्रू. किती किती तो धावणार?...
पण आता तो मुक्त आहे. पैसा आणि नाणी हा प्रकारच अस्तित्वात नसल्यानं 'काळा पैसा' आणि 'पांढरा'... ही भाषा संपली. सरकार, चिंता करू नका. सर्वत्र ठीक होईल. रेशनकार्ड हा माझा परवलीचा शब्द झाला आहे.''
'रेशनकार्ड' शब्द ऐकताच बादशहाला पुन्हा स्मरण झालं... पेट्रोलपंपावरची स्वतःची मानहानी आठवली. तो पुन्हा चढ्या आवाजात म्हणाला,
''जनतेचं ठीक आहे. माझं काय?''
''महाराज, पुन्हा एकवार अभय द्या किंवा देऊ नका... पण 'माझं काय?' हा प्रश्न राजवाड्यावरच्या प्रत्येक माणसाला पडला आहे, आपल्या अनेक बेगमा, आपले तेवढेच फुकटखाऊ मेव्हणे... सरकारी तिजोरीवर केवढा ताण पडलाय, हे कसं सांगू?''
''ह्याचा अर्थ बिरबल, केवळ माझ्या डोळ्यांत अंजन घालण्यासाठी नेहमीप्रमाणे तू

हा मोठा खेळ खेळलास?''

बिरबल पटकन म्हणाला,

''नाही हुजूर. खरा धडा मला जनतेलाच शिकवायचा आहे.''

''कसा?''

''आपला दर्जा कोणता हे जाहीर करायचं नाही, तरच हा प्रयोग यशस्वी होणार आहे. मग धडा कोणता ते समजेल.''

''अरे, पण जनतेनं ते समजण्यासाठी उच्छाद मांडलाय. राजवाड्यावर येणारे मोर्चे पाहा. मी हैराण आणि तू बेपत्ता-''

''मी असतो तरी ती माहिती दिली नसती.''

''का पण?''

''वाढत्या, अनावश्यक खर्चाला इथंच कात्री लागली आहे. जास्तीचा किती खर्च करायला हरकत नाही हे न समजल्यानं, जगण्यासाठी जेवढं आवश्यक आहे तेवढ्या गोष्टी समाज करतो आहे. आणि समाज म्हणजे जो खोट्या प्रतिष्ठेपायी उपाशी राहून इस्त्रीचे कपडे मिरवत होता, तो समाज.''

बादशहानं विचारलं,

''पण आता पुढं काय?''

''माझ्यावर सोपवा.''

''ते दर्जा वगैरे...''

''एवढ्यात जाहीर करायचं नाही.''

''तोपर्यंत जनता...''

''अस्थिर राहील आणि तेही चांगलंच नाही का?''

हा प्रश्न विचारून बिरबल समजून हसला आणि बादशहाही हसला.

पुन्हा एकवार 'राष्ट्राची प्रगती' करायची म्हणून जनानखान्याकडे आगेकूच करीत बादशहा पुटपुटला,

''भांबावलेला माणूस अस्थिर असतो. अस्थिर माणसाची विचारशक्ती क्षीण बनते, क्षीण माणसं एकत्रित येत नाहीत....''

बिरबल नुसता हसला.

∎

प्रोव्हिजन

महानगरपालिकेच्या अनेक खात्यांपैकी आमचं एक खातं. नावाला महत्त्व मुळीच नाही.
साडेदहा वाजता ते उघडतं. साडेपाचला बंद होतं. इथं पाच केबिन्स, वीस सिलिंग फॅन्स, अठ्ठावीस ट्यूब लाईट्स आणि अठ्ठेचाळीस माणसांचा 'पे' शीट. तीन फोन्स आहेत हे सांगायचं राह्यलं. तसं खूपच राह्यलं आहे... भिंतीला दोन घड्याळं आहेत, त्यातलं एक बंद. सेल्फ, टेबल, खुर्च्या, स्टुलं आणि हजारो फायली. साध्या नव्हेत, तर रोज नव्या फायलींना जन्म देणाऱ्या ह्या हजारो फायली आणि ह्या सर्व ढिगाऱ्यात अठ्ठेचाळीस देह.
माझ्याकडे डेड स्टॉक रजिस्टरचं काम.
म्हणूनच म्हणालो, अठ्ठेचाळीस देह.
ह्या अठ्ठेचाळीस देहात अठ्ठेचाळीस प्रकार आहेत. ह्यात कालच आयुष्यातली पहिली सही मस्टरवर करणारे आहेत आणि शेवटची सही करणारेसुद्धा.
श्री. बेंद्रे... for example.
आज त्यांच्या नोकरीतला शेवटचा दिवस.
एक देह सहीसलामत सुटला. खऱ्या अर्थानं 'सही'सलामत सुटला. ऑफिसच्या संदर्भात 'सही'नं कुठं अडकला नाही; आणि नोकरीवर येताना सहा हजार सहाशे छत्तीस दिवसांत, त्याच्या दुप्पट वेळा लोकलच्या प्रवासातही 'सलामत' राह्यला. हा देह रोज अंबरनाथहून कामावर येत होता. आता हा दीर्घ प्रवास संपला. अनेक प्रकारच्या गुलामगिऱ्यांपैकी रेल्वेची गुलामगिरी संपली.
आज निरोप समारंभ. चहा, फराळाचे ठरलेले जिन्नस, हार, गुच्छ, ठरलेलं भाषण. अरे! पण हो, भाषण कोण करणार?
—उरलेल्या सत्तेचाळीसपैकी आठ नंबरची खुर्ची आज भाषण करील. नंबर सहा त्याच्यासमोर सर्क्युलर घेऊन उभा राह्यलाय.

“नॉन्सेस, मला आज भाषणाची गळ घालू नकोस.”
“भलतंच...! हा तुझाच प्रांत आहे. Your privilege” नंबर सहानं गळ घातली.
“बस इथं.”
“सर्क्युलर फिरवायचंय.”
“तेच फिरवू नकोस.”
“का पण?”
“बेंद्रेबद्दल काय बोलणार?”
“That is your headache.”
“It is really a headache.”
“का बुवा?”
“ऐक. ह्या बेंद्रे नामक गृहस्थाला तू किती वर्षं पाहतोयस?”
“गेली चार वर्ष.”
“ह्या चार वर्षांत त्यानं तुला कधी काही ऑफर केलं?”
“नाही.”
“कधी दिलखुलास गप्पा?”
“No.”
“नाटक, सिनेमा, काव्य, साहित्य, आयुष्य, अध्यात्म...”
“एकाही विषयावर काही कधी बोलला नाही.”
आठ नंबर हिरिरीनं म्हणाला,
“तो आयुष्यभर असाच आहे. तू त्याला चार वर्षं पाह्यलंस, मी गेली अकरा वर्षं पाहतोय.. आणि पलीकडे ते जे सद्‌गृहस्थ बसलेत...”
“तेही सहा महिन्यांनी रिटायर्ड होणार ना?”
“येस. ते ह्या माणसाला वीस वर्षं ओळखतात.”
“असेल.”
“तर अशा ह्या माणसाबद्दल मी गौरवपर काय बोलू?”
“काहीही बोल. तुला सांगावं लागत नाही.”
“मी एकच वाक्य बोलू शकेन. सांगू?”
“जरूर.”
“उमरभर जिंदा रहा. मगर जिंदगी देखी नही.”
चव्वेचाळीस बाहुल्या पळून गेल्या.
काही तोंड चुकवून, काही खोटं हसून, काही ‘Wish you happy retired life.’ सारखे टाइपरायटरवरचे शब्द टाकून. तर काही सरळ सरळ.
राह्यल्या फक्त चार खुर्च्या.

त्यातली एक बेंद्रे ह्यांची स्वत:चीच.
फक्त चहा झाला आणि एका खुर्चीनं बेंद्रे ह्यांचं मस्टरवरचं नाव शांतपणे पुसून टाकलं.
पुढच्या महिन्याच्या मस्टरमधे त्याऐवजी दुसरं नाव.

फंड आणि पेन्शनचा हिशोब करण्यासाठी बेंद्रे जेव्हा एक महिन्यानं परतले, तेव्हा खात्यातले सात-आठजण एकत्र जमले होते. वेळ दुपारची होती. लंच अवर नुकता सुरू झाला होता. डबे एकत्र करण्यात आले होते. सर्वजण मिळून आज संगीत 'एकच प्याला' पाहायला जाणार होते. जेवताना विषय तोच चालला होता.
बेंद्रे आपण होऊन त्या गप्पात सामील झाले, ते कुणीतरी 'नाटकाला येणार का?' विचारलं म्हणून. विचारणाऱ्यानं चेष्टा करायची म्हणून विचारलं, पण बेंद्रे गंभीरपणानं म्हणाले,
"खूपदा पाह्यलं. आता नवं काय पाहणार?"
सगळ्या खुर्च्या क्षणभर हादरल्याच.
"काय, सांगता काय बेंद्रे...?"
"निव्वळ सिंधूचीच भूमिका मी किती कलावंतांची पाह्यली सांगू?"
"सांगा." एकवीस क्रमांकानं कुतूहलानं विचारलं.
"मी, मास्टर नरेश म्हणून एक स्त्रीपार्टी करणारा नट होता, त्याची भूमिका पाह्यली आहे. तुम्ही कुणी त्याचं नावही ऐकलं नसेल. नटवर्य लोंढे ह्यांच्याबरोबर तो खूप नाटकांत एकत्र असायचा. त्यानंतर मा. दामल्यांची सिंधू पाह्यली आहे. बालगंधर्वांना पण पाह्यलं. पण त्यांचा बहर तेव्हा ओसरला होता. त्याशिवाय शांता आपटे, विमल कर्नाटकी, शांता मोडक, किती नावं सांगू... प्रेक्षकांना काही काही कलावंत आवडतात एकत्र पाह्यला, पण खुद्द कलावंतांनाही काही काही संच प्रिय असायचा. नानासाहेब फाटकांना शांता आपटेची 'सिंधू' फार प्रिय होती. गेले ते दिवस...!" बेंद्रे भारावून बोलले. त्यांनी डोळे टिपले–
सगळ्यांना बेंद्रे बोलू शकतात हा पहिला धक्का, ते एवढ्या रसिकतेनं नाटकं पाहत होते, हा दुसरा धक्का आणि त्या आठवणीनं ते गलबलून येतात हा तिसरा धक्का. तेवढ्यात बेंद्रे म्हणाले,
"तुमच्यापैकी 'एकच प्याला' कुणीच पाह्यलं नाही का?"
"मी दोन वेळा पाह्यलंय."
"मी फक्त पारायणं केली."
" 'एकच प्याला' ही कुणाची ट्रॅजेडी हे सांगाल का?"
—बेंद्रे ह्यांनी प्रश्न टाकल्याबरोबर एक खुर्ची म्हणाली,

"अर्थात, सुधाकरची."
पारायणं केलेला म्हणाला, "सिंधूची."
बेंद्रे हसायला लागले. त्या हसण्यावरून त्यांना निराळं काही म्हणायचं आहे, हे सर्वांना समजलं. ते म्हणाले,
"ही ट्रॅजेडी सिंधूच्या बापाची आहे."
"इम्पॉसिबल!"
"खुद्द गडकरी मास्तरांनीच त्या माणसावर घनघोर अन्याय केलाय."
"कसा?"
"कुबेराला कर्ज देऊ शकेल, असं ज्याचं वर्णन केलं आहे, तो सिंधूचा बाप स्टेजवर एकाच प्रवेशात येतो आणि सुधाकराच्या शिव्या खातो. एवढ्या मोठ्या धनाढ्य बापाला गडकरी मास्तरांनी एकही डायलॉग दिलेला नाही. आता सांगा, केवढी ट्रॅजेडी ही!"
सगळ्या खुर्च्या मनापासून हसल्या. एकानं तर चक्क स्पेशल चहाची ऑर्डर दिली.
बेंद्रे म्हणाले, "सिंधू ह्या पात्राचं आणखी एक वैशिष्ट्य सांगाल का?"
पण आता सगळे गप्प राह्यले.
बेंद्रे म्हणाले,
"गडकरी मास्तरांचं हे वैशिष्ट्य. दारूवर संपूर्ण नाटक लिहूनही त्यांनी सिंधूला एवढी पवित्र ठेवली आहे, की तिच्या तोंडी त्यांनी 'दारू' हा शब्दही येऊन दिलेला नाही. सुधाकरानं दारू सोडल्याचं जाहीर करताच, अत्यानंदानं बेहोश होऊन नाचतानाही ती म्हणते, 'खरंच सांगायचं गडे, तुम्ही 'ती' सोडलीत?' "
—आणि त्यानंतर बेंद्रे बोलत राह्यले आणि इतर ऐकत राह्यले. त्यांनी नाना तऱ्हेच्या आख्यायिका ऐकवल्या. 'संयुक्त मानापमान' श्रोत्यांच्या पुढे उभं केलं. वरून उलगडत येणाऱ्या पडद्यामुळे कृष्ण किती वेळा थोडक्यात वाचला, ते सांगितलं. सुरेश हळदणकरांपासून छोट्या गंधर्वांपर्यंत हलक्या आवाजात प्रत्येकाच्या नकला केल्या. पहिल्या नाट्योत्सवाच्या गंमती ऐकवल्या. दिनकर कामण्णाबद्दल बोलताना त्यांचा आवाज भरून आला. दिनकर कामण्णानंतर काही मोजकेच दिवस वसंत पवार नावाचा एक विनोदी नट होता. त्याची रंगभूमीवर झालेली एन्ट्री आणि एक्झिट कशी उपेक्षित राह्यली, हे त्यांनी कळवळून ऐकवलं. 'राणीचा बाग' नाटकात स्हनेप्रभा प्रधान, आंधळीची भूमिका करताना फुटलाईट्सच्या इतकी जवळ आली, की आपण पहिल्या रांगेतूनच 'थांबा' म्हणून ओरडलो, हाही किस्सा त्यांनी ऐकवला. आणि मग भानावर येत त्यांनी घड्याळ पाह्यलं.
"बसा हो!" नंबर बत्तीस म्हणाला.
"नको. पेन्शन घ्यायचंय. काउंटरपाशी रांगेत तपश्चर्या करायची आहे."

—बेंद्रे गेले आणि आज प्रथमच त्यांचं जाणं काहींना चुटपुट लावून गेलं.

महिन्याच्या अंतरानं बेंद्रे पुन्हा आले. आज ते जेवणाच्या सुट्टीपूर्वीच आले. बत्तीस नंबरच्या खुर्चीनं त्यांना हाक मारून जवळ बसवून घेतलं.
''काय हालहवाल?''
''एकदम ओ.के.''
''प्रकृती?''
''कशी वाटते? –आणखीन पंचवीस वर्षं कॉर्पोरेशनचं पेन्शन खाईन की नाही?''
''जरूर!''
''अरे, नटवर्य आले का?'' –आणखी एका खुर्चीचं लक्ष गेलं.
मग दुसरी, तिसरी....
बेंद्रे त्या घोळक्यात सापडले.
''नटवर्य प्रकरण काय आहे?''
''तुमच्या मागच्या वेळच्या नकला पाहून आम्ही तुमचं नाव नटवर्य ठेवलंय.''
बोलणाऱ्या माणसाकडे पाहत बेंद्रे म्हणाले,
''तुमचे डोळे लाल कशानं झाले?''
''जागरण.''
''मजा आहे!'' मधेच कुणीतरी म्हणालं.
''मजेचे दिवस संपले बाबा.'' आठ नंबर म्हणाला. ज्यानं बेंद्रे ह्या व्यक्ती-विषयावर भाषण टाळलं होतं, तोच हा आठ नंबर. पण आठ नंबरची रसिकता जाणणारा म्हणाला,
''दिवस संपले?... आणि तुझ्यासारख्याचे?... तू तर आमचा गुरू. बरं का बेंद्रे, रसिकता, रोमान्स, शृंगार वगैरे धडे ह्याच्याकडून घ्यावेत.''
''था वो जमाना. आता रोमान्स ह्या विषयावर मी 'ब्र' काढत नाही आणि बायको 'ब्रा' काढीत नाही.
बेंद्रे पटकन उभे राह्यले. त्यांनी आठ नंबरला शेकहँड केला आणि मनापासून दाद दिली. आठ नंबर म्हणाला,
''बेंद्रे, काल यायला हवे होतात तुम्ही. मैफलीला नेलं असतं. तुमच्यासारखा दाद देणारा....''
बेंद्रे त्याला अडवीत म्हणाले,
''एक चांगला शब्द सुचवू का?''
''जरूर.''
''जिन्दादिल माणूस म्हणा.''

“बहोत अच्छे!” दोघातिघांनी माना हलवल्या.
“मैफल कसली होती?”
“दत्तमूर्ती होती. पाडगावकर, बापट, करंदीकर.”
“वा! मजा आली असणार.”
“एकदम! बैठक खासगी होती म्हणून जास्त मजा. तुम्ही कधी अशी बैठक...”
बेंद्रे भूतकाळात गेले. तंद्रीत मान हलवायला लागले. आणि मग हळूहळू तिथं एक काव्यसंमेलन भरलं. केशवसुत झाले, केशवकुमार झाले, कुसुमाग्रजांची ‘अहिनकुल’, ‘पृथ्वीचं प्रेमगीत’ झालं. तिथंपासून बेंद्रे जे निघाले, ते सुरेश भटांपर्यंत येऊन थांबले. मधेच त्यांनी विचारलं,
“ ‘आजवरी कमळाच्या द्रोणी, मधु पाजिला तुला भरोनी-’ ह्या ओळींत तांब्यांनी ‘कमळाचेच द्रोण’ का वापरले?”
सगळे गप्प.
बेंद्रे म्हणाले,
“कमळाच्या पानाला काही चिकटत नाही, हे कारण. दान करणाऱ्या माणसानं पात्र कोणतं वापरावं हेही तांबे सांगतात. मागं काही उरता कामा नये.”
मधेच केव्हातरी मनमोहन नातूंचा विषय निघाला. आठ नंबर म्हणाला,
“मला मनमोहनची एकच कविता येते. दोनच ओळी आहेत. ऐकवू?”
“ऑफ कोर्स!

> “शव ह्या कविचे जाळू नका हो, जाळू नका,
> जन्मभरी तो जळतचि होता.
> फुलेही त्यावर उधळू नका हो, उधळू नका,
> जन्मभरी तो फुलतच होता.”

बेंद्रे म्हणाले,
“काळ कितीतरी बदलला. ह्याच नातूंच्या एका गाण्यावर एका काळी कोण गहजब झाला! —‘राधे तुझा सैल अंबाडा, कसा ग गडे झाला, कुणी ग बाई केला, राधे तुझा...’ ”
“ही रेकॉर्ड आहे ना?”
“हो.”
“आता मिळायची पण नाही ऐकायला.”
बेंद्रे आपल्याच नादात म्हणाले,
“मला एक मराठी शायरीकार माहीत आहेत. त्यांचं नाव पाटणकर. ते म्हणतात, त्या नातूला एका कवितेकरता काय काय करावं लागलं! चाल लावावी लागली, गायक पकडावा लागला, रेकॉर्डस् काढाव्या लागल्या. आम्ही दोन ओळीत सांगतो,

'सांगावा सांगू नको, सारे आम्हांला समजते, सैल व्हाया केस काही और व्हावे लागते.' ''
ऐकणाऱ्यांनी एकमेकांना टाळ्या दिल्या. कुणीतरी एकानं त्या ओळी लिहून घेतल्या. जायचं म्हणून बेंद्रे उठले, तेवढ्यात एक जण म्हणाला,
''तुम्हांला रांगेत उभं न करता, मी पेन्शन द्यायची व्यवस्था करतो, चला.''

तिसऱ्या महिन्याच्या वेळेला बेंद्रे कधी येतील आज, ह्याची काही टेबलं वाट पाहत होती. बेंद्रे संध्याकाळी चार वाजता आले.
''अरे, आता एवढ्या उशिरा पैसे कसे मिळणार?''
''पैशासाठी पुन्हा यावं लागणार आहे. आज जनता एक्स्प्रेसवर लेकीला बसवून देण्यासाठी आलो. गाडी सुटल्याबरोबर आलो. पंचवीस मिनिटं इथूनच उशिरा सुटली.''
''तुम्ही आज गाडी ह्या विषयावर बोलूच नका.''
''का बुवा?''
''आज सगळ्यांना लेटमार्क झालाय. गाड्या लेट आहेत, ही सबब साहेबांनी ऐकलेली नाही.''
बेंद्रे आठ नंबरकडे पाहायला लागले.
''त्याच्याकडे तर मुळीच पाहू नका. तो रेल्वेला लाखोली वाहतोय. दर पंधरा मिनिटांनी नवी शिवी आठवली की हासडतोय.''
आठ नंबर म्हणाला,
''काही उपयोग नाही. भाषा दरिद्री, शब्द अपुरे, शिव्याही संपल्या.''
बेंद्रे हसायला लागले.
''हसा, तुम्ही सुटलात ना सगळ्यातून..!''
''त्यासाठी नाही हसत बाबा, माणसं अजून काही शिकायला तयार होत नाहीत म्हणून हसलो.''
''शिकवा, तेवढंच राह्यलंय.''
मधेच कुणीतरी म्हणालं,
''त्याला सांगू नका, आम्हांला सांगा–''
बेंद्रे म्हणाले,
''ज्ञानेश्वरांपासून थेट रजनीशांपर्यंत, सर्वजण काय सांगतात– तर ज्ञानाचा प्रारंभ चुकला, की प्रवास चुकलाच. म्हणजे कसं? —तर मी देह आहे असं समजलं, की पुढचा सगळा ट्रॅकच चुकला. नेहमीच्या व्यवहारात ही थेअरी लावा, म्हणजे सुखच सुख.''

"कसं काय?"

"रेल्वे म्हटलं म्हणजे ती मुक्कामाला वेळेवर पोहोचणारी वस्तू, हे आपण गृहीत धरतो, हाच चुकीचा प्रारंभ. पुढचे भोग त्यापायी. रेल्वे ही एक अशाश्वत वस्तू असं म्हणा आणि दिवसाचं Planning करा. दु:खमुक्त व्हाल."

"काहीतरी काय!.."

"मित्रांनो, दुसरा पर्याय काय? —तुम्ही स्वत: तुमचे डबे रुळावरून पळवत आणणार काय? नियती आणि रेल्वे सारख्याच. तितक्याच लहरी. आपलं दोन्हीवर नियंत्रण नाही. आपण फक्त एक रेघ खोडून थर्डचा सेकंड करू शकतो. ते ढोंग आपण पचवलं की नाही? –राज्ययंत्रणेला अनुसरून आपण विचारयंत्रणा बदलायची म्हणजे आपलं रक्त जळायचं थांबतं. रेल्वेनं उशिराच पोहोचायचं हे गृहीत धरलं, म्हणजे वेळेवर पोचल्याच्या आनंदाला किनारा नाही."

बेंद्रे ह्यांच्या ह्या विधानावर कोणती तरी एक खुर्ची तावातावानं पुढे आली. प्रत्येक गाडी बेंद्रेच चालवत असल्याप्रमाणे तो म्हणाला,

"पण नियमितपणा ही एवढी अशक्य गोष्ट आहे का? अमेरिकेत वेळ सांभाळण्यासाठी वाटेल ती किंमत मोजतात, माहीत आहे ना?"

तेवढ्याच शांतपणे बेंद्रे म्हणाले,

"दुर्मीळ वस्तू माणूस प्राणापलीकडे जपतो. साहेबाकडे पैसा जास्त, वेळ दुर्मीळ. आपल्या देशात ह्या उलट अवस्था. म्हणून आपण पैसा जपतो आणि अमेरिका वेळ जपते."

बेंद्रे पेन्शनच्या कामाव्यतिरिक्त मधूनमधून येत, आणि प्रत्येक वेळी मागे काही ना काही रेंगाळत ठेवून जात.

केव्हातरी एकानं हटकलं,

"कधी भेटणार?"

तर बेंद्रे म्हणाले,

"अब तो हम बिछडे, शायद कभी ख्वाबमे मिले। जैसे की सूखे हुए फूल, किताबो में मिले–"

बेंद्रे आले, की काही ना काही निराळा विषय कुणीतरी मुद्दाम काढत असे. ह्या माणसाजवळ पोतडी होती. ती जादूगाराचीच होती. त्यात सगळ्या चिजा, सगळे विषय होते. त्यातही बेंद्रे ह्या माणसाचं स्वत:चं काही निराळं असायचं. नाट्य, चित्रपट, खेळ, राजकारण, साहित्य –इतकंच नव्हे, तर बेंद्रे एकदा आले, तेव्हा 'बायका – लग्नाच्या आणि ठेवलेल्या' हा विषय रंगला होता.

बेंद्रे येताच त्या सुखसंवादाला अध्यक्ष लाभला.

सर्वांकडे नजर टाकीत बेंद्रे म्हणाले, "ह्या विषयात प्रथमच सांगतो, की उगीच एखाद्यावर माड्या चढतो म्हणून आरोप करू नये."
—दोघातिघांनी माना हलवल्या. मग त्यांनी वाक्य पुरं केलं.
"कारण एखाद्याची ओळख तळमजल्यावरच असते–"
सभा काबीज करून, ती बरखास्त करायची वेळ आली, तेव्हा बेंद्रे म्हणाले, "माझ्याकडे म्हणाल तो मसाला आहे."
"तसली पुस्तकं आहेत?"
"किती हवीत? एक बाई दोन पुरुष, दोन पुरुषांबरोबर दोन बायका का एक पुरुष दोन बायका?"
"खरंच आहेत?"
"आर्टपेपरवर छापलेली कलर बाय टेक्निकलर आहेत. किती आणू? प्रोजेक्टर मिळवाल, तर कलर्ड फिल्म पण आहे.."
सगळ्यांचे डोळे ताणले गेले. मग दिवस ठरला. पेन्शनसाठी बेंद्रे साहेबांचा वेळ मोडायला नको, म्हणून कुणीतरी ॲथॉरिटी फॉर्मवर त्यांची सही पण घेतली. सगळ्यांचा निरोप घेऊन बेंद्रे बाहेर पडले.
लिफ्टजवळ त्यांना म्हसकरांनी अडवलं.
"एक मिनिट थांबा; वेळ आहे?"
"आहे ना. तुमच्यासाठी वेळ कोण नाही म्हणून सांगेल? –बोला, तुमचे दिवसही..."
"आले, संपत आले. म्हणूनच तुमच्याकडे काम होतं."
"बोला ना!"
"मी तुम्हांला गेली कितीतरी वर्षं पाहत आलोय. आणि म्हणूनच आता अलीकडे फार गोंधळात पडलोय."
"का बरं?"
"तुम्ही कात टाकलेली पाहून."
"नाही समजलो–" बेंद्रे गोंधळून म्हणाले.
"असं मुद्दाम आता वेड पांघरू नका. तुम्हांला मी इथं कधी वर मान केलेली पाह्यलं नाही. ऑफिसच्या कामाव्यतिरिक्त तुम्ही सर्व वर्ज्य मानलंत."
बेंद्रे जोरजोरात हसायला लागले. हसता हसता त्यांनी म्हसकरांच्या खांद्यावर हात ठेवला. मग ते जरा गंभीर झाले आणि म्हणाले,
"अठ्ठावीस वर्षांपूर्वी मी नोकरीला लागलो तेव्हाची गोष्ट. मी कामावर येऊ लागलो आणि आठच दिवसांनी एक म्हातारा रिटायर्ड झाला. खुर्ची गेल्यावर त्याची कवचकुंडलं गेलेल्या कर्णासारखी अवस्था झाली. त्याला कुणी विचारीना. लोक त्याला टाळू लागले. का? –तर वार्धक्य आणि कोणतेही अधिकार नाहीत. मी सावध झालो.

म्हटलं, एक दिवस आपल्याही आयुष्यात आपण कुणीही नसण्याचा दिवस येणार आहे; तेव्हा आपलं सर्वत्र स्वागत होईल, अशी प्रोव्हिजन केली पाहिजे. आपण पैसा कमीजास्त जोडू शकणार नाही. मग कंजूष माणसं पै पै साठवतात. त्याप्रमाणं मी हे धन जमवलं– साहित्य, नाट्य, काव्य ...everything.''

म्हसकर भारावून म्हणाले,

'' 'एकच प्याला'वरचा कॉमेंट तर...''

''ती मालकी आचार्य अत्र्यांची. 'सिंधूचा बाप' ह्या लेखातली. म्हणूनच म्हटलं, मधमाशीसारखं जमवत राह्यलो. वार्धक्याचा स्वीकार ज्याचा तो करत नाही, मग इतर का करतील?– तेव्हा वार्धक्यापलीकडे काही उरेल, अशी प्रोव्हिजन करत राह्यलो.''

म्हसकर म्हणाले,

''आमचं हुकलं.''

''मोजून किती दिवस राह्यले?''

''तसा अवकाश आहे. रिटायर्ड होण्यापूर्वी रजा वसूल करायची आहे.''

''कधीपासून रजा घेताय?''

''ते तुमच्यावर अवलंबून आहे.''

—म्हसकरांच्या ह्या विधानावर बेंद्रे गोंधळात पडले.

''माझा काय संबंध?''

हलक्या आवाजात म्हसकर म्हणाले,

''ती पुस्तकं आणणार आहात ना? पुस्तकं आणि फिल्म, दोन्ही बघूनच रजेवर जाईन.''

बेंद्रे म्हसकरांकडे बघत राह्यले. क्षणभरच त्यांनी विचार केला आणि ते म्हणाले,

''एक गंमत सांगू का?''

''जरूर.''

''आत्तापर्यंत अनेक लेखक, नाटककार, चित्रपटनिर्माते, नाट्यनिर्माते इतकंच नव्हे, तर साप्ताहिकवाले, मासिकवाले, संपादक-प्रकाशक ह्यांचं जे झालं, त्याचा अभ्यास करावा अशी परिस्थिती आहे.''

म्हसकर गोंधळून पाहत होते. बेंद्रे म्हणाले,

''कलेचा उच्च वारसा सांगण्यासाठी आपला जन्म झाला आहे, असा ह्या काही निर्मात्यांचा दावा होता. निर्माता हे सर्वसाधारण अर्थानं. हळूहळू ह्यातल्या बऱ्याच मंडळींची कलानिर्मितीची धुंदी कधी ओसरते, हे त्यांनाही कळत नाही. मग सर्वजण शेवटी, स्त्री, सेक्स ह्याकडे वळतात. माझं तसंच झालंय.''

म्हसकरांचा गोंधळ तसाच होता.

बेंद्रे म्हणाले,

"माझं तसंच झालंय. माझ्याजवळचा साठा संपत आलाय. खूप खूप प्रोव्हिजन करून ठेवायची असं ठरवलं, तरी माणूस किती जमवणार हो?... संचित द्रव्य फार वेगानं संपतं. ही गोष्ट जशी संपत्तीच्या बाबतीत खरी आहे, तितकीच ती अवांतर साठ्याच्या बाबतीतही खरी आहे."

"तरी तुमचा व्यासंग अफाट..."

"व्यासंग नव्हे, नुसता संग म्हणा. स्वत:चं काही नाही. मी फक्त जमवणारा... आणि नोकरी करताना किती जमवणार हो?"

"बरोबर."

"म्हणूनच त्या सर्व ध्येयवादी, कलासक्त कलावंतांप्रमाणेच मलाही सेक्सकडे वळावं लागलं. कलात्मकतेचा विचार न करता वर्षानुवर्षं चालणारा तो एकच विषय आहे. तेव्हा माझी सर्व कामं संपेपर्यंत ह्या सर्वांना 'सेक्स' ह्या विषयावर काही दिवस झुलवलं पाह्यजे. सध्या रांग न लावता पेन्शन मिळायला लागलं आहेच. काही दिवस आणखी ढकलायचे."

"म्हणजे?" म्हसकरांनी विचारलं.

बेंद्रे म्हणाले,

"तुम्ही केव्हाही रजेवर जा. माझी वाट पाहू नका. माझ्याकडे एकही तसलं पुस्तक नाही आणि फिल्म तर नाहीच नाही..."

म्हसकर पाहत राह्यले, तोपर्यंत बेंद्रे जिन्याकडे वळलेसुद्धा.

■

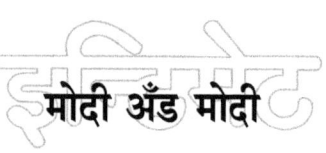

मोदी अँड मोदी

ब्रासोनं घासून चकचकीत केलेल्या 'मोदी अँड मोदी' – इम्पोर्टर्स, एक्सपोर्टर्स –ह्या पाटीकडे मोदींनी एकवार अभिमानानं पाह्यलं. चकाकतं ते सोनं नव्हेच, तरीही ह्या पितळेच्या पाटीचा त्यांना सोन्यापेक्षा अभिमान होता.

नेहमीप्रमाणे त्या पाटीकडे पाहत पाहत त्यांनी ऑफिसात पाय ठेवला.

दरवाजापाशी बसलेला मोरे चटकन उभा राह्यला. त्याच्या सलामीचा मान हलवीत मोदींनी स्वीकार केला.

"Good morning boss." – देवधरांचा आवाज.

पाठोपाठ "Good morning sir" – हे कालेलकर.

मग फटाफट सगळे उभे राह्यले.

हे नेहमीसारखं झालं.

देशपांडे मात्र स्वत:तच चूर होती. काल संध्याकाळीच सत्यजितनं विचारलं होतं, "आणखी किती दिवस थांबू?"

देशपांडेजवळ उत्तर नव्हतं.

कालची रात्र वडिलांनी जागून काढली होती.

"मिस धेसपांड..." मोदींनी हाक मारली. भानावर येत, उभं राहून ती म्हणाली, "Sorry sir.."

"अरे, तेच्यामंदी सॉरी काय?"

"नाही, नाही. Good morning..."

"अरे, आमाला तुमच्या सॉरी नाय पायजे, गुड मॉर्निंग बी नाय पायजे.."

देशपांडे पाहत राह्यली. कमरेत वाकत, नाकावरचा घसरणारा चश्मा सावरीत मोदींनी मिस्कीलपणे विचारलं,

"आमाला लाडू कवा देल?"

देशपांडे लाजून खाली बसली आणि स्वत:वर खूश होत मोदी केबिनमधे गेले.

मोदी आत गेले आणि लगेच बेल वाजली. मोरे तयारीत होताच.

छातीवरचा पितळी बिल्ला रुमालानं घासत घासत तो आत गेला. मोदींनी प्रथम त्याच्या छातीवरचा बिल्ला बाहेरच्या पाटीइतका चकाकतोय की नाही ते पाह्यलं आणि मग ते म्हणाले,

"ते बुड्ढा आदमीला धारूनशान दे."

बाहेर येऊन मोरेनं त्याच शब्दात सांगितलं, "बुड्ढा आदमी..."

कालेलकर उठलेच आणि लगबगीनं आत गेले. मग नेहमीसारखा पहिला प्रश्न आला,

"कालेलकर, साला किती बरस सर्व्हिस करेल?"

"साहेब..."

"ऑफिसमंदी साला आमचे काय चार्मच नाय. समदा ओल्ड फेलोज. डिपार्टमेंटमंदी यंग ब्लड नाय, एक बी पोरगी नाय. देशपांडे हाय, ते तो लई होपलेस हाय. लाडू बी देत नाय."

"साहेब, तुम्ही सगळ्या लेडीज का नाही ऑफिसमधे..."

"नाय बाबा कालेलकर, आमचा वाइफ लई ग्रेट हाय."

—नेहमीचा हा संवाद झाल्यावर मोदींनी विचारलं,

"कालेलकर, तुमी एवरा बुढा झ्याला तरीबी पोरीची वार्ता करते, ऑफिसचा काम कवा करते?"

"साहेब, रिपोर्ट्स तयार आहेत सगळे."

"समदा?"

"Yes, sir."

"Then go."

कालेलकर दरवाजापर्यंत गेले. क्षणभर घुटमळले आणि पुन्हा परत फिरले. सांगावं की नाही, ह्याचा विचार करीत शेवटी ठरवून म्हणाले,

"साहेब..."

"बोल नी, मगज खाऊ नको, हां."

"नाही, साहेब... पण..."

"बोल, बोल."

"तुमी देशपांडेला 'लाडू केव्हा?' असं विचारू नका."

"तेच्यामंदी काय ज्याला?"

"झालं काही नाही, पण ... She is in difficulties."

"व्हॉट? डिफीकल्टी? ..साला मग आमी कशाला बसले बॉस होऊनशान?.. Go, call her."

"तसं नाही..."

"I will directly talk to her. मधीमधी वकील नाय पायजे... Go.."

कालेलकर निघाले. त्याबरोबर मोदी ओरडले,

"अरे साला, मी 'go' म्हणाले, आणि तू चालले?... You were telling me something."

"होय, साहेब.. Her father is suffering from paralysis."

"My goodness. तुमी पहले वार्ता कशाला नाय केला?"

"तिची एंगेजमेंट झाली आहे. पैसे साठले, की लग्न करणार."

"तवा तो ते बुढी होऊनशान ज्याएल—"

"नाही. तसंच काही नाही. वडगावला त्यांचं छोटं घर आहे."

"Where is this hopeless wadgaon?"

"Near Lonavala."

"Then?"

"ते विकलं गेलं, तर त्या पैशात इथं ब्लॉक मिळेल."

"Now I follow, तिचा शादी राहूनशान गेला, ते for this reason. You mean, then she can marry..."

"Yes boss—"

"जा, जा, तेन्ला धारून दे. And you old fellow, जरा ऑफिसवर्क करूनशान टाक. मॅरेजचा वार्ता करू नको. Don't waste my time... go."

कालेलकर हसत हसत बाहेर पडले. बाहेर येताच त्यांनी देशपांडेला साहेबांचा निरोप सांगितला. साहेबांचं काय काम असेल, असा विचार करीत ती उठली...

'साहेब' म्हटलं, की त्याला 'भिणं' ह्या समीकरणापासून 'मोदी अँड मोदी'चं ऑफिस करोडो मैल दूर होतं. केवळ ह्या समीकरणापासूनच ते दूर होतं असं नाही, तर ऑफिसला लागू असलेले कोणतेच नियम तिथं अस्तित्वात नव्हते.

इथं मस्टर होतं, पण लेटमार्क नावाचा राक्षस नव्हता.

हेडक्लार्क होता, पण हॅरॅसमेंट नव्हती.

पे-शीट्स नावाचा प्रकार होता, पण NTP-म्हणजेच Not To Pay चा शाप नव्हता.

आणि तरीही (की म्हणून?) माणसं येत होती ती वेळेवर आणि कामं करीत होती ती वेळेपूर्वी. स्वत:ची गरज असेल तेव्हा माणसं केव्हाही घरी जात होती आणि 'मोदी अँड मोदी'ला गरज असेल तेव्हा अहोरात्र खपत होती.

ते ऑफिस नव्हतंच.

देशपांडे, देवधर, कालेलकर, मोरे, सबनीस, देवळेकर ही आडनावंपण खरी नव्हती. ती सगळी जणं 'मोदी अँड मोदी'च होती.

—आणि
ह्या सगळ्यांचं श्रेय होतं मोदीला.
सगळेच पारशी थोड्याफार प्रमाणात विक्षिप्त असतात. म्हणजे काही थोडे विक्षिप्त, तर काही फार. पण मोदी म्हणजे अगदी 'डीलक्स' आवृत्ती होती.
'काय काम असेल...' असं मनाशी म्हणत देशपांडे मोदींसमोर येऊन उभी राह्यली.
"How is your father?"
"Same condition, no improvement."
"डॉक्टर काय बोलते?"
"काळजी करू नका म्हणतात."
मग मोदींनी एकदम विचारलं,
"वरगावच्या प्रॉपर्टीचा प्राइस काय हाय?"
"सर..."
"सीधा जबाब नाय देल, तर वार्ता बिघरूशान ज्याएल."
"बाबा म्हणतात, तीस हजार मिळाले तर विकून टाकू."
मोदी स्वत:शीच मान हलवीत राह्यले. मग स्वत:ची खुर्ची ते लहान मुलाप्रमाणे गोल गोल फिरवत राह्यले. त्यांनी तीन-चार गिरक्या घेतल्या आणि ते ब्रेक लावल्याप्रमाणे थांबले.
देशपांडे समोरच उभी होती. तिला ते एकदम म्हणाले,
"Don't waste my time. ज्या ज्या, काम कर–"
—आणि त्यानंतर मोदींनी झपाट्यानं काही निर्णय घेतले.
कालेलकर आणि देशपांडेला घेऊन ते वडगावला गेले. तिथलं घर पाहून, ते त्याच टॅक्सीनं मुंबईला परतले. आल्या आल्या त्यांनी कालेलकरांना तीस हजारांचा चेक तयार ठेवायला सांगितला.
मग कालेलकरांनी विचारलं,
"What are we going to do..."
त्याचं वाक्य तोडीत मोदी म्हणाले,
"कालेलकर, तू साला बुढा आदमी. तुमचेसारखा बुढा आदमीला एक्स्पीरियन्स लई हाय, but no vision. वरगावच्या प्रॉपर्टीचा आगी गोडाउन करूनशान टाकेल. समदा रॉ-स्टॉक डंप करेल. फोर्टनाइटला टेम्पो धारून देल, तो समदा काम होएल. होपलेस बंबईमधे साला फॅक्टरी-गोडाउन इन्स्पेक्टर लई खटखट करते..."
"पण साहेब..."
"ज्या ज्या, मगज खाऊ नको. अरे, धेसपांडे अपनी डिकरी छे. मी साला गधा हाय. खाली लाडू मागून तिला लई हॅरॅस केला. I should have found out, why the

poor girl was postponing her marriage all the time."

मोदींच्या टेबलासमोर बसलेली मिस देशपांडे आता मिसेस घाटे झाली होती. हातात हिरवा चुडा आणि गळ्यात ठसठशीत मंगळसूत्र घालून ती मोदींसमोर नुसती बसली होती. आपल्या आयुष्याला अर्थाचं लेणं बहाल करणाऱ्या ह्या देवमाणसाशी काय बोलावं हे तिला समजत नव्हतं.
शेवटी ती उठली आणि टेबलाला प्रदक्षिणा घालून मोदींच्या बाजूला जाऊन उभी राह्यली.
शब्द संपले, तशी तिनं खाली वाकून नमस्कार केला. उठून सरळ उभं राहीराहीतो तिच्या डोळ्यांत पाणी आलं.
"तू तो लई होपलेस हाय. शादी ज्याला.. Now why you are crying?"
'आपण का रडतो? –खरंच, ह्या वेड्याला काय सांगायचं? एका रकमेनं तीस हजार, सत्यजित काय किंवा आपण काय, कधीतरी उभे करू शकलो असतो काय? कोणत्या जन्मी हे सगळं फेडायचं?'
"साहेब, तुमचे उपकार..."
"अरे डिकरा, आमी तो लई सेलफिश हाय. कंपनीला लई प्रॉफिट ज्याला, तवा तो आमी वरगावचा..."
"Sir, I know everything. तुमचे उपकार ह्या जन्मी कसे..."
"ते मी सांगटे. You can also oblige me."
"मी? मी? तुम्हांला oblige... छे, चेष्टा करताय..!"
"अरे बाबा, मस्करी नाय. Will you listen to me?"
"काय करू?"
देशपांडेच्या प्रश्नावर मोदी त्यांच्या फिरत्या खुर्चीतून उठले. टेबलाच्या कोपऱ्यावर बसले. त्यांनी नाकावरचा चश्मा उतरवला. पुसला. पुन्हा चढवला. नंतर त्यांनी देशपांडेकडे रोखून पाहिलं. देशपांडे दोन पावलं मागे सरकली. मोदी म्हणाले, "तुमचा तो आता शादी ज्याला हाय. तवा, one thing you can give me."
"साहेब..."
"मंजे तेचा असा हाय, तुमचा काय बी लॉस नाय. पण माजा लई प्रॉफिट हाय."
—हा माणूस काय मागणार आहे? ह्याच्या आतापर्यंतच्या इमेजला धक्का लागेल, असं ह्याला काही हवंय का?...
"सर..."
"आमचा डिमांड लई सिम्पल हाय. आमी तुमचे शादीमंदी तुमाला कॅसेट-टेपरेकॉर्डर दिला हाय."

"Yes sir."

"तवा तुमी तुमचे नवऱ्यासंगट, हनिमूनला तो ज्याएल की नाय?"

देशपांडे लाजली. तरीही ह्या माणसाचा रोख काय असेल, ह्याचा विचार होताच. मोदी सांगत राह्यले,

"तवा, नवऱ्यासंगट रातच्याला जे वार्ता करेल, तेचा मला टेप आणूनशान देल, तो लई..."

देशपांडेला पुढे काही अर्थबोधच होईना.

लग्नानंतर मुली एवढ्या बदलतात?

लग्नापूर्वी चिमणीसारखी चिवचिवाट करणारी शकुन हीच का?

पहिल्या रात्री बोल-बोल बोलताना ती स्वत: श्वास घ्यायची नाही आणि आपल्याला घेऊन द्यायची नाही, असं आपल्याला वाटलं होतं आणि आता ही नुसती उभी आहे!'

"शकुन, माझ्यावर रागावलीस?"

शकुननं मानेन नकार दिला.

"माझ्याशी बोलणार ना?"

मानेनं होकार.

"मग शब्द एवढे महाग का? –काय झालं?"

तिनं पुन्हा मानेनं नकार दिला.

ती काय बोलणार?

पलंगाखालीच गुपचूप टेपरेकॉर्डर ठेवलाय, हे त्याला माहीत नाही. पहिल्या रात्रीच प्रतारणा. आपला प्रत्येक शब्द, श्वास, हुंकार नंतर कुणीतरी ऐकणार आहे, हे कळल्यावर शब्द कसा फुटावा?

सत्यजितला हे कसं सांगायचं?

मोदींनीसुद्धा काय ही जगावेगळी अट घातली? पारशी माणसं चक्रम ह्यात वादच नाही. त्यांची मागणी पुरी करताना माझी काय अवस्था होईल, ह्याचा विचार त्यांनी क्षणभर तरी केला असेल का?'

सरळ सरळ आपल्याबरोबर, हनिमूनच्या वेळी मोदीपण इथं आले आहेत, हीच भावना शकुनला छळत होती.

पूर्वीच्या काळी शास्त्रोक्त पद्धतीनं गर्भदान समारंभ होत असत, तेव्हा दरवाजाच्या फटीतून माणसं म्हणे सगळं बघत असत.

इथं ह्या टीचभर पट्टीच्या आधारानं मोदी तेच करीत आहेत.

पुरुषांनीच पुढाकार घ्यायचा असतो, असं मित्रांनी मुंबई सोडता सोडता पढवलं

होतं. गरज नसताना.

वाट पाहून पाहून सत्यजित उठला. खिडकीजवळ उभं राहून उगीचच आकाशाकडे पाहणाऱ्या शकुनला त्यानं ओढतच पलंगाजवळ आणलं. तिला बाहुपाशात घेत तो म्हणाला,

"तू बोलेपर्यंत मी तुला माझ्या मिठीमधून सोडणार नाही.. काय झालं?"

"कुठं काय?"

"मग गप्प का?"

"उगाच."

"खरं कारण सांगितलं नाहीस, तर गुदगुल्या करून हैराण करीन."

हे म्हणता म्हणताच त्यानं गुदगुल्या करायला सुरुवात केली.

"नको... नको... बोलते... गप्प नाही... आऽऽ.. बोलते."

गुदगुल्या सहन न होऊन शकुन पलंगावर जवळजवळ कोसळलीच.

आणि मग सत्यजितच्या निकट स्पर्शामुळे, एकान्तामुळे आणि स्वत:च्याच भावनांचा कल्लोळ न समजल्यानं म्हणा, एका बेसावध, धुंद क्षणी अबोलीला शब्द फुटले. शब्दांत, श्वासात, स्पर्शात, सुगंधात दोघं न्हाऊन निघाली.

टेप ऐकून मोदी वेडावून गेले. आधीच पारशी, त्यात तो जगावर खूश झालेला. ह्या पोरीकडून एवढं नाजूक काम होईल आणि विश्वासानं, शब्दांकित झालेला शृंगार ही आपल्या स्वाधीन करील, ह्यात मोदींना स्वत:चा फार मोठा गौरव वाटला. सगळ्या स्टाफला त्यानं चक्क जेवण दिलं. पार्टी संपल्यावर त्यानं हळूच देशपांडेला विचारलं,

"धेसपांडे...."

तेवढ्यात देवधर म्हणाले, "Now she is Mrs. Ghate."

मोदी म्हणाले,

"Mr. Deodhar, don't teach me anything. आम्ही तेन्ला धेसपांडेच म्हणेल. Do you have any objection?"

देशपांडे मानेनं 'नाही' म्हणाली.

मोदी म्हणाले,

"एन्ला आमी लोग, अंडरस्टँडिंग बोलते. तवा धेसपांडे, तुमी लाडू दिला. आता पेढा कवा?"

मोदींच्याबद्दल मनात काही वेडावाकडा विचार येणं, ही शक्यतेच्या पलीकडची गोष्ट होती. तरीसुद्धा आपल्या टेपचं हा प्राणी काय करीत असेल, हे देशपांडेला कळत नव्हतं.

त्यात एकदोनदा लंच अवरमधे तिनं हळूच मोदींच्या केबिनचा दरवाजा ढकलला. पाहते तो फिरत्या खुर्चीवर मोदी बसलेले. दरवाजाकडे पाठ. मांडीवर टेपरेकॉर्डर. मोदी एकदम खुशीत. टेपमधून कुणातरी बाईचा खूप हसण्याचा आवाज. कोण हसत असेल? –हा विचार करताकरताच तिच्या कानावर स्वत:चाच आवाज आला, ''...सत्यजित, ह्या क्षणी मी फार फार तृप्त आहे.''

''राणी, खरं बोलतेस?''

''तुझी शपथ.''

''असं नाही सांगायचं.''

''मग?''

''एक गोड...''

''अजून समाधान नाही झालं? मग घे...''

मोदी खुशीत शीळ वाजवायला लागले.

देशपांडेने दार ओढून घेतलं.

अतिशय अस्वस्थ मनानं देशपांडे जाग्यावर येऊन बसली. '...आपण हे काय करून बसलो, ह्या विचारांनी ती बेचैन झाली. आपल्या आयुष्यातले अत्यंत नाजूक, हळुवार क्षण आपण चक्क विकले. ह्या सगळ्या सोहळ्याची आपणच चेष्टा केली. असं वाटून ती उदास झाली.

सगळ्या वैवाहिक सुखाचाच पराभव झाला. ती सुन्न सुन्न होऊन बसली.

लग्न झालं की, सगळ्याच बायका बदलतात. पण इतक्या?

विचार करूनही देवधरला पत्ता लागत नव्हता. घरातल्या बारीकसारीक, किरकोळ, केव्हाकेव्हा अत्यंत मामुली आणि कधीकधी खूप गंभीर अनेक अनेक विषयांवर बोलणारी देशपांडे एकाएकी बोलेनाशी झाली.

आपल्या मैत्रीला एवढाच अर्थ होता?

सोक्षमोक्ष लावायचा म्हणून देवधर देशपांडेच्या टेबलासमोर येऊन बसला.

''मिसेस घाटे, मला एका गोष्टीचं उत्तर हवंय.''

''बोला.''

''तुम्ही फार बदललात.''

''म्हणजे?''

''तुम्हांला माहीत आहे, मी काय म्हणतोय ते... लग्नानंतर सगळ्यांचंच आयुष्य बदलतं. पण तुम्ही...''

''देवधर, आजपर्यंत तुम्हांला सगळं सांगत आले, पण आता...''

''You are Mrs. Ghate, असंच ना?''

"तसा समज करून घेऊ नका. मी फार निराळ्या दडपणाखाली वावरतेय."
"How is Mr. Ghate?"
"त्यांच्याबद्दल काहीच प्रश्न नाही."
"मग इतर प्रॉब्लेम काही नव्यानं निर्माण व्हावा असं..."
"तुम्हांला कसं सांगू?"
"घाट्यांना सांगा, पण अशा राहू नका."
"त्यांना सांगू शकत नाही."
"मग आपले साहेब..."
"त्यांच्यामुळंच तर..." देशपांडेनं वाक्य आवरतं घेतलं.
"मोदींमुळे?.. Its strange. तो तर लाख माणूस आहे."
"लाख माणूस? देव म्हणा, देव!"
"मग काय प्रकार आहे?"
देवधरनं सगळी हकिकत काढून घेतली.
"बस?... एवढंच?"
"हे साधं आहे?"
"मुळीच काळजी करू नका. मधुचंद्राच्या पहिल्या रात्रीची टेप देणाऱ्या काही तुम्ही पहिल्याच नव्हेत!"
"देवधर, सांगता काय?"
"मी सुद्धा तेच केलंय."
"साहेब काय करत असतील?"
"ते माहीत नाही, पण मिसयूज नाही करणार."
"नक्की?"
"नक्की! You don't worry."
त्या दोघांचं बोलणं झालं आणि दुसऱ्याच दिवशी मोदींनी सगळ्या स्टाफला आपल्या केबिनमधे बोलावलं–
"समदे लोगना आमी का तकलीफ दिला..."
"साहेब, तकलीफ नाही."
"नेक्स्ट वीकमंदी लई काम हाय. तवा कोण काय डिफिकल्टीमंदी नाय..."
"साहेब, तुम्ही नुसतं काय ते सांगा."
"No, no, not at all. Unless my staff get mentally, physically and in every other respect fit, Modi and Modi will not be able to deliver the goods..."
"साहेब, we are alright"
"Everybody of you?"

"Yes sir."

"आठ दिवसामंदी चाय पण नाय मिळेल हा."

"Will do."

"Thank you very much. आमी समदे लोगला पहले विचारूनशान घेतला. तुमी बाबू लोग घरामंदी झगडा करते. And then you are unable to concentrate here."

"नाही, साहेब."

"I will give you an example" –असं म्हणत मोदींनी टेपरेकॉर्डर बाहेर काढला.

"आमचेपाशी एक लई च्यांगला टेप हाय."

त्याबरोबर देशपांडेनं चमकून देवधरकडे पाह्यलं.

मोदी म्हणाले,

"कवा बी झगडा करते, खिटखिट करते. See this–"

मोदींनी टेप चालू केली.

कोणत्या तरी घरातलं नवरा-बायकोचं ठरावीक साच्याचं ते भांडण होतं. भांडणात खास दम काहीच नव्हता. पण दोघं जिवाच्या करारानं भांडत होती. सगळ्या स्टाफची पाच-दहा मिनिटं मनसोक्त करमणूक झाली.

भांडण करता करता त्यातला पुरुष म्हणाला,

"प्रत्येक वेळी दहाबारा वर्षांपूर्वीचं काढून तेच तेच उगाळत बसतेस. बेअक्कल, मूर्ख! ऑफिसच्या कामावर या कटकटीचा परिणाम होतो, एवढं साधं कसं कळत नाही?" –मोदींनी टेप बंद केली.

"तवा तुमी समदा लोग, असा खिटखिट घरामंदी नाय करेल, तो ऑफिसवर्क प्रॉम्प्टली होयेल, ओ. के.?"

सगळी मंडळी हसत हसत बाहेर आली. देशपांडेसमोर मात्र एकच प्रश्नचिन्ह होतं,

"आपली टेप ह्याच पद्धतीनं मोदी कुणाला ऐकवत असतील तर?"

त्यानंतर आठ दिवस 'मोदी अँड मोदी' कंपनीतल्या प्रत्येक माणसाचा कामाखाली पिट्ट्या पडला. स्वत: मोदीही ह्या तडाख्यातून सुटले नाहीत.

गुरुवारी जी सगळीजणं घाण्याला जुंपलेली होती, ती दुसरा गुरुवार जाऊन, शनिवार उजाडला, तेव्हा मोकळी झाली.

शनिवारी मोदींनी सगळ्यांना एक-एक, दोन-दोन तास घरी लवकर सोडलं.

कालेलकरांना फक्त ऑफिसचं काम संपेतो थांबावं लागलं. त्यात कामापेक्षाही 'साहेबांना सोबत' हीच भावना जास्त होती.

'मोदी अँड मोदी' पाटीच्या खाली टाइप केलेला छोटासा मजकूर वाचून सोमवारी

प्रत्येकाला धक्का बसला.

Due to sad demise of Mrs. Modi, the office will remain closed today.

नाना तऱ्हेचे तर्कवितर्क करीत सगळेजण घरी गेले.

दुसऱ्या दिवशी कामावर आल्याबरोबर, सगळ्यांनी कालेलकरांना गराडा घातला. कालेलकर मोदींच्याच केबिनमधे होते. त्यांनी सांगायला सुरुवात केली.

"मागच्या बुधवारी मिसेस मोदींना ताप आला. बुधवार, गुरुवार सपाटून टेंपरेचर होतं. गुरुवारी रात्री डॉक्टरांनी इंजेक्शन दिलं. शुक्रवारी ताप गेला. शनिवारी सकाळी पुन्हा त्यांना कसर वाटायला लागली. तुम्ही सगळे लवकर गेलात. दुपारी दीडला त्यांचं जास्त झालं, म्हणून शेजारच्या लोकांनी त्यांना हॉस्पिटलमधे हलवलं आणि इथं फोन केला. मोदी आणि मी टॅक्सी करून धावलोच. तिथं गेलो, त्यानंतर पंधरा-वीस मिनिटं त्या जेमतेम होत्या. मोदींना पाहण्यासाठीच जणू काय थांबल्या होत्या... पावणेतीनच्या सुमारास गेल्या."

"शेवटपर्यंत शुद्धीवर होत्या?" –देवधरांनी विचारलं.

"असाव्यात."

"शेवटी काही बोलल्या?"..

"नाही."

"वाचा गेली होती?"

"काही कल्पना नाही."

"साहेब कसे आहेत?"

"त्यांचीच अवस्था बघवत नाही."

"आम्हांला भेटायचंय."

"चार दिवस थांबा."

"का?"

"साहेबांनीच तसं सांगितलंय."

सगळे चुपचाप उभे होते.

कालेलकरांनी शांतपणे हातातली पिशवी मोदींच्या टेबलावर ठेवली. पिशवीत हात घालून त्यांनी एक बॉक्स बाहेर काढलं. ते बॉक्सही त्यांनी उघडलं.

त्यात चार-पाच कॅसेट्स होत्या.

"तुमच्या टेप्स साहेबांनी परत करायला सांगितल्या आहेत."

असं म्हणत नावाप्रमाणे कालेलकरांनी सगळ्यांच्या टेप्स परत केल्या.

शेवटची टेप देशपांडेची होती.

देवधरांनी विचारलं,

"साहेबांनी हे काम घाईघाईनं तुम्हांला का सांगितलं?"
धोतराच्या सोग्यानं डोळे पुसत कालेलकर म्हणाले,
"ते साहेबच तुम्हांला आत्ता सांगतील."
कालेलकरांनी मोदींच्या टेबलाचा ड्रॉवर उघडला. त्यातून टेपरेकॉर्डर बाहेर काढला आणि एक कॅसेट भरून त्यांनी टेप सुरू केली.
तीनचार सेकंदातच मोदीसाहेबांचा परिचित, पण दुःखानं जड झालेला आवाज सगळ्यांच्या कानावर आला. नेहमीच्याच मार्दवतेनं त्यांनी हाक मारली,
"फ्रेन्ड्स.."
"आमी तुमचेसंगट जरा वार्ता करणार हाय. तुमी तो समदे माझा फॅमिली मेंबर हाय, तवा तुमचे संगट थोडा heart to heart बोलते. तुमी लोगने आमाला लई को-ऑपरेशन दिला. लव्ह बी दिला. आमचे उपर लई भरवसा केला.. आमचा वाईफ.. तो तर हमेशा...for ever... सोरूनशान गेला. आमचा माइंड आता बंबईमधे राहील नाय. ऑफिसमंदी आमी येल, नाय येल, I can not say. आमचे वाइफने आमाला लाईफमंदी लई pleasure दिला.. आमचा twenty seven बरस मॅरीड लाइफमंदी आमी कवा बी सेपरेट झाला नाय. She made me happy, आणि My life was full of contentment. तुमी स्टाफने तो आमाला लई oblige केला हाय... सोमणने आमाला टेप दिला. तेच्यामंदी तेचा दोन बरसचा बच्चा आणि मिसेस सोमणचा डायलॉग आहे. Mr. Soman, after a gap of five years, you would certainly like to listen to your son's voice.."
सोमणांनी नकळत मान हलवली.
मोदी पुढे म्हणाले,
"मि. देवधर आणि धेसपांडे, तुमी तो faith दाखवला.. and have obliged me forever. आमी तो प्रॉमिस देते, की एन्चा आमी मिसयूज नाय केला."
देशपांडेनं मान खालती घातली.
"समदे स्टाफनं आमाला लई pleasure दिला. आमचे वाइफने आमाला समदा दिला, But she was helpless, as far as one pleasure was concerned. तेनी आमाला लाइफमंदी कवा बी डायलॉगचा pleasure नाय दिला. बायडी झगडा कसा करते, बच्चासंगट वार्ता कसा करते, रोमान्स कसा करते... कवाबी नाय समजला. But friends, your tapes were blessings. कवा वार्ता नाय केला, आता सांगटे... 'Mrs. Modi was deaf and dumb.' "
टेपचा आवाज थांबला. सगळ्यांनी एकमेकांकडे चमकून पाह्यलं.
डोळ्यातलं पाणी कुणीच पुसायची वा लपवायची धडपड केली नाही.
सगळ्यांनी कालेलकरांकडे पाह्यलं. रुद्ध आवाजात ते म्हणाले,

"मला पहिल्यापासून माहीत होतं."

देशपांडेची नजर मोदींच्या फिरत्या खुर्चीकडे वळली.

तिला खुर्चीतून हाक आल्याचा भास झाला–

"धेसपांडे, लाडू तो दिला.. आता पेढा कवा देल?"

■

'जे' फॉर

निश्चित कोणत्या वर्षी मी टिपण्याला तसं बोललो, हे मला आता आठवत नाही; मीच बोललो होतो एवढं नक्की. ते चूक नव्हतं ह्यातही वाद नाही. मी एकटाच त्याला तसा शाप देणार होतो, असंही नाही. टिपण्याच्या सहवासात येऊन गेलेल्या प्रत्येक माणसानं त्याला चिडून तेच ऐकवलं असणार. पण तरीही गंमत अशी, की कुणी असं त्याला चिडून झापलं, तर तो शांतपणे म्हणायचा, ''कावळ्याच्या शापानं गाय मरत नाही.''

हा क्लायमॅक्स होता. तो आम्हांला सर्वांना 'कावळा' समजत होता. विद्यार्थ्या-विद्यार्थ्यांत काही ना काही मतभेद असतातच. शंभर प्रकारच्या वातावरणात वाढलेली, शंभर ठिकाणची मुलं एका वर्गात येतात. कुणी कसा, कुणी कसा. 'पण टिपणीस कसा आहे?' हे प्रत्येकाला फार थोड्या अवधीत समजलं. ह्यात मास्तरही आले. म्हणूनच मी त्याला जे बोललो होतो, त्याच शब्दांत आमचे क्लासटीचर त्याला म्हणाले, ''ह्या वयातच तुला कुणाचंही चांगलं झालेलं बघवत नाही, हे ठीक नव्हे. तुला बदलावं लागेल. हा स्वभाव सोडला नाहीस, तर कायमचा दुःखी होशील, हे एक आणि दुसरं म्हणजे, जो दुसऱ्याचं कायम वाईट चिंतितो, तो स्वतः कधीही यशस्वी होणार नाही–''

मास्तरांनी सर्वांसमोर एवढं निक्षून सांगितलं, भर वर्गात. टिपण्या ह्यावर काय म्हणतो, ते आम्ही पाहणार होतो. तो गप्प बसला. तास संपला. मास्तर निघून गेले. टिपण्या त्याच्याच बाकावर उभा राह्यला आणि ओरडला, ''तुम्ही सगळे कावळे आणि हा गेला तो डोमकावळा.''

कुणीही हसायला नको होतं, पण वर्ग हसला.

शाळेच्या प्रत्येक कार्यक्रमात टिपणीस भाग घेत असे. तो ड्रीलमधे होता. बँडमध्ये होता. ड्रॉइंगच्या क्लासला थांबत असे. सायन्स क्लबमधेही यायचा. कुठंही चमकला नाही, पण उपस्थित असायचा. कुणाचं चुकतंय, हे हेरत असायचा. सामने पाहायला

ग्राउंडवर नेमानं यायचा. कुणी अकारण आउट झाला म्हणजे टाळ्या पिटायचा. कुणाचाही पराभव झाला म्हणजे आनंदानं बेहोश होणारा टिपण्या, शाळेच्या बक्षीस समारंभाच्या वेळी गप्प असायचा. कौतुकाची एकही टाळी शाळेच्या हॉलनं टिपण्याकडून ऐकली नाही. वार्षिक परीक्षेचा निकाल लागला रे लागला, की न चुकता हा प्राणी स्वत:चे पेढे वाटायला, नापास झालेल्या मित्रांच्या घरी जात असे. गेल्या गेल्या हा दारातूनच ओरडायचा, ''काकू, पेढे द्यायला आणि घ्यायला आलोय.''

मोठ्या मनाच्या काकू म्हणत, ''राजा, मी तुझा पेढा आनंदानं खाईन, पण तुला यंदा पेढा देऊ नाही शकणार.''

''का बुवा?''

''विनू कुठे पास झाला?''

''अरे, असं कसं झालं? मी जर पास होऊ शकतो, तर विनू.. छे, छे! विश्वास बसत नाही.''

मग काकूंचा उतरलेला चेहरा, त्या घरावर आलेलं उदासीनतेचं मळभ ह्यानं आनंदून जात, पण तसं न दाखवता तो म्हणायचा, ''विनू कुठाय?''

''आतल्या खोलीत रडत बसलाय, जरा समजूत घाल त्याची.''

''जरूर.''

मानभावीपणानं तो आत जायचा. मधलं दार लावून घ्यायचा आणि म्हणायचा, ''मिस्टर, ओ मिस्टर, हम पास हो गये. कळलं का? कावळ्याच्या शापानं गाय मरत नाही. असो. पेढे आणले आहेत. आम्ही हे असे. तुम्ही विनोबा भावे. तेव्हा तटस्थ भावनेनं पेढे घ्या.''

एवढं बोलून तो पुढच्या घरी सटकायचा. तिथं हेच नाटक.

''मावशी, पेढे द्यायला-घ्यायला आलोय.''

असंच केव्हातरी मला म्हणाला होता, ''आपल्या सर्व वर्गबंधूंमधे मीच जास्त यशस्वी होतो की नाही, ते बघ.''

''तू मोठेपणी काय करणार आहेस?''

''ते आत्ता कसं ठरवता येईल?''

''मग कशाच्या आधारावर हे विधान करतोस?''

''माझा सिक्स्थ सेन्स मला ते सांगतो.''

टिपण्या म्हणतो त्याप्रमाणे त्याला सहावा सेन्स होता की नाही, हे कळायला मार्ग नाही, पण तो बोलायचा तसं व्हायचं. फक्त चांगल्या घटनांच्या बाबतीत खरं घडायचं नाही. वाईट-वाईट सगळं घडायचं.

'तुझं मोठेपणी चांगलं होणार नाही–' हे ज्या मास्तरांनी त्याला ऐकवलं, ते मास्तर एकदा आजारी पडले. मी नेहमीसारखा ग्राउंडवर गेलो होतो. टिपण्या तिथं आला.

"तू इथं कसा?"

"क्लासटीचर आजारी आहेत. त्यांना भेटून आलो."

"अरे, काल तर बाजारात भेटले होते."

"बरोबर आहे. त्यानंतर घरी गेले ते आडवेच झाले."

"भेटायला हवं."

"जाणार असलास तर अस्साच जा, ह्या क्षणी जा."

"का? सिरियस आहेत?"

"छे, रे! झकास बसल्या बसल्या पत्ते खेळताहेत."

"मग कशाला घाबरवतो? गेम संपवून जातो."

क्षणभर थांबून टिपण्या म्हणाला, "गेम संपल्यावर आपणा सर्वांनाच जावं लागेल."

"का?"

"तयारीसाठी."

मी टिपण्याकडे लक्ष दिलं नाही. गेम संपवला. मस्तपैकी 'लेमन-सोडा मारामारी' प्यायलो. मास्तरांकडे गेलो. दारातच पन्नास-साठ माणसं जमलेली पाहून काय ते समजलो!

त्या प्रसंगापासून टिपण्याला सर्व टाळायला लागले. अर्थात, हे झालं सगळं लहानपणचं. एवढ्या वर्षांनी त्यातली कटुता नाहीशी झाली होती. माणसं बदलतात. टिपण्या पण बदलला असणार. तो पैसेवाला तर झालाच होता. बोरीबंदरवर अचानक भेटला आणि त्याच्या पद्मिनीतून त्यानं मला हॉटेल हेरिटेजवर सोडलं.

उतरताना कार्ड हातात ठेवलं.

व्हिजिटिंग कार्डवर त्यानं 'टिपण्या' हे टोपणनावच छापलेलं पाहून मी पोट धरून हसू लागलो. मी हसत असतानाच तो निघून गेला. त्याच्या पाठमोऱ्या गाडीकडे पाहत असताना मनात विचार आला, "गाडी आहे त्या अर्थी तो यशस्वी झालाच आहे. आता बदलला असेल, तर कितपत?"

पण हा विचार येता येता टिपण्याची गाडी एका बाजूला झुकली. हा फूटपाथवर चढतो की काय असं वाटेवाटेतो पुन्हा सरळ झाली आणि जोरात पुढे गेली. रस्त्यावरच्या, एका स्वतःच्या तंद्रीत चालणाऱ्या माणसाला टिपण्यानं उगीच हूल देऊन घाबरवलं होतं. म्हणजे टिपण्या तस्साच होता!

पासपोर्ट ऑफिसमधे टिपण्या बऱ्यापैकी दर्जाच्या पदावर होता. तरीसुद्धा नुसत्या

नोकरीवर तो गाडी कशी बाळगून होता, हे मला कोडं होतं. मी त्याला तसं विचारलं. तो म्हणाला, "निव्वळ नोकरीत आजकाल नोकरी पण परवडत नाही."
"म्हणजे काय?"
"नोकरी पैसा मिळवण्याकरता करायची, पण नोकरीचाही एक खर्च असतो."
"कसा?"
"आत्ता तू आलास. आपण चहा मागवला. शेजारी बसतात त्या दोघांसाठीपण मागवावा लागला आणि कँटिनमधलं दूध संपल्यानं चहाऐवजी चार फँटा आणले त्यांनी."
"सॉरी म्हणू?"
"सॉरी काय, एक उदाहरण रे! तेव्हा मुद्दा असा की, गाडी कशी परवडते!.. ते आज रात्री सांगतो. ओ. के.?... आता फूट. मी कामात आहे."

व्हिजिटिंग कार्डावरच्या पत्त्यावरून मी टिपण्याचं ऑफिस शोधून काढलं. तुळशी पाइप रोडवरच्या एका इमारतीत मी दुसऱ्या मजल्यावर गेलो.
शिपायानं स्वागत केलं. मी नाव लिहून दिलं. दोन मिनिटांनी आमंत्रण आलं. तोवर मी निरीक्षण केलं. व्हिजिटर्स रूमसारखी रूम. अनेक ऑफिसांतून असते तशी. खुर्च्या, सेंटर टेबल्स, फ्लॉवरपॉट, ॲश-ट्रे, एक कॅलेंडर. नावीन्य एवढंच होतं, की समोर एक वाक्य थर्माकोलमधे कापून भिंतीवर चिकटवलं होतं.
JELOUSY, THY NAME IS HUMAN BEING.
मी टिपण्याच्या खोलीत प्रवेश केला. ती एअर कंडिशन्ड होती. एका भल्या मोठ्या फर्मच्या एक्झिक्युटिव्हच्या ऑफिससारखा इथं रुबाब होता. कोपऱ्यात निशिगंधाची ताजी फुलं होती.
ऑफिसरच्या रुबाबात उठून शेकहँड करीत टिपण्यानं माझं स्वागत केलं. काहीही न बोलता मी केबिनकडे भिरीभिरी पाहत होतो. अठरापगड जातीच्या माणसांनी, जत्रेसारख्या गर्दीनं भरलेल्या पासपोर्टच्या कोंदट ऑफिसात बसणारा टिपणीस आत्ता इथं, तेच पासपोर्ट ऑफिस विकत घेता येईल, अशा रुबाबात बसला होता. माझं निरीक्षण संपल्याचं ओळखून त्यानं विचारलं,
"आता बोला, काय वाटलं?"
"खरं सांगू?"
"बाय ऑल मीन्स."
"छातीतून कळ आली."
मी असं म्हणताच टिपण्यानं बेल वाजवली. शिपाई आला.
"एक फॉर्म आण."

''साहेब, ड्रॉवरमधे ठेवलाय.''
''ठीक आहे.''
टिपण्यानं ड्रॉवरमधून फॉर्म काढीत समोर ठेवला.
''हा भरून द्यायचा.''
मी फॉर्म वाचायला लागलो.
''आत्ता इथं वाचू नकोस. इथं आपण बोलू या. फॉर्म नंतर पाठव.''
मी फॉर्म खिशात टाकला. तेवढ्यात शिपाई आला.
''साहेब, इनामदार आलेत.''
''पाठवून दे.''
इनामदार आले. शेजारच्या खुर्चीत बसले. त्यांनी माझ्याकडे पाह्यलं. टिपण्या म्हणाला, ''डोंट वरी. ते आपले मेंबर होणार आहेत. माझे क्लासमेट.''
इनामदार म्हणाले, ''टिपणीससाहेब, काही उपयोग झाला नाही.''
''म्हणजे?''
''गडकरीला प्रमोशन मिळालं.''
''तुम्हांला डावलून?''
''होय. मला तर काय करावं काही कळत नाही. अंगाची नुसती आग-आग होतेय.''
''साहजिकच आहे. पण तुम्ही हे बोललात ते फार बरं केलंत. मनात ठेवलं म्हणजे यातना होतात.''
इनामदार खाली मान घालीत म्हणाले, ''गडकरी पहिल्यापासूनच भाग्यवान आहे. तयार ताटच त्याच्यासमोर येतं; लायकी नसताना. हे सगळ्यांना माहीत आहे. पण उघड बोलायची चोरी. बघवत नाही म्हणतील. इथं मनातलं काहीही बोलता येतं.''
टिपण्या म्हणाला, ''तुम्ही असं करा, आता इतर मेंबर्स येतील, त्यांना हे सगळं सांगा. मी जरा बिझी आहे.''
इनामदार गेले.
''काय बाबा, काय मामला आहे?''
''ये ना, दाखवतो.''
टिपण्या मला बाहेर घेऊन गेला. एका हॉलमधे वर्तुळाकार खुर्च्या मांडल्या होत्या. मध्यभागी एक भलंमोठं– सुमारे आठ फूट डायमीटर असलेलं वर्तुळाकार टेबल होतं. त्या हॉलमधे समोरच तीन माकडांचं चित्र होतं. एकाचा हात डोळ्यावर, एकाचा कानावर, एकाचा तोंडावर. खाली लिहिलेला मजकूर मात्र गोंधळात टाकणारा होता.
—'आम्हांला चांगलं बघवत नाही, चांगलं ऐकवत नाही, चांगलं बोलवत नाही.'
माझ्या चेहऱ्याकडे निव्वळ पाहूनच टिपण्या म्हणाला, ''नंतर सांगतो–''

आणखीन पलीकडे एक जरा छोटा हॉल होता. त्या हॉलमधे एक अतिशय मॉडर्न बार होता. एका भिंतीला असलेल्या सेल्फमधे नाना तऱ्हेच्या, आकाराच्या मद्याच्या बाटल्या, लोकांची डोकी आउट करून मनाची कवाडं खुली करायला सज्ज होत्या. ह्या बारमधे चारही बाजूला भारतीय बैठक होती. गाद्या, उशा, तक्के सगळा सरंजामी थाट होता.

ते सगळं बघून टिपण्याच्या पाठोपाठ मी पुन्हा त्याच्या केबिनमधे आलो.

"व्हॉट वुड यू लाइक टू हॅव?"

"काहीही चालेल."

"ड्रिंक्स वगैरे घेतोस का?"

"ऑकेजनली."

"मग तिकडेच चल. मी केबिनमधे कधी घेत नाही."

आम्ही पुन्हा बाररूममधे आलो.

"काय आवडेल?"

"तसंच विचारशील तर चिल्ड बिअर..."

"शूअरली."

दोन मोठे मग्स घेऊन आम्ही बसलो.

"टिपण्या, भारतीय बैठकीची आयडिया फॅन्टॅस्टिक आहे."

"सोयीची पण आहे. लेस मेंटेनन्स."

"चिअर्स."

लहानपणापासून टिपण्या नजरेसमोर यायला लागला. त्यानं सरळ सरळ सभ्य भाषेत क्लब आणि चालू भाषेत गुत्ता उघडला होता. कोणत्याही यशस्वी उपक्रमाचा प्रारंभ कसा झाला असेल, ह्याची प्रत्येकाला उत्सुकता असते. ती जिज्ञासा, पृथ्वीवर प्रथम कोण होतं, येथपासून कोणत्याही प्रकल्पाबद्दल असते.

टिपण्याला मी तेच विचारणार होतो. 'तुमच्यापेक्षा मी यशस्वी होईन' असं लहानपणी आव्हान देणाऱ्या टिपण्याला पण त्याची यशोगाथाच सांगायची होती, हे मी ओळखलं.

अशा सर्व गप्पांचा प्रारंभ ज्या वाक्यांनी होतो, ते वाक्य उच्चारीत टिपण्या म्हणाला,

"फार वर्षांनी भेटलो...!"

"मॅट्रिकनंतर प्रथमच."

"तू पुण्यालाच का?"

"सालं तेवढं नशीब हवं ना! फिरतीची नोकरी. कुठं सेटल होता येत नाही, घराला घरपण नाही. पोरांची, शिक्षणाची आबाळ... चलता है."

माझी विव्हळायची यादी खरं म्हणजे मोठी होती, पण टिपण्यासमोर माझा पराभवाचा सूर मला काढायचा नव्हता. त्याला उकळ्या फुटल्या असत्या. तो ह्या पदाला कसा

आला, हे विचारण्याचं कारण हा बार पाह्यल्यावर राह्यलं नव्हतं. ह्या बाबतीत टिपण्याचं एक वाक्य मी कायम कोरून ठेवलं होतं.

त्याला कोणीतरी चिडून विचारलं होतं, "नेहमी लोकांच्या वाइटावर टपलेला तू. शरम नाही वाटत?"

तेव्हा तो ताडकन म्हणाला, "आपण आयुष्यात दोनच गोष्टी सोडणार. त्यातली एक सोडलीच आहे. दुसरी सोडायची आहे. त्याला अवकाश आहे."

मी त्याला पुढं छेडलं होतं, "काय ते स्पष्ट सांग."

तो थंडपणे म्हणाला होता, "जन्माला येताना लाज आणि मरताना प्राण."

एक मोठा घोट घेत टिपण्यानं विचारलं, "मुंबईला ऑफिसच्या कामासाठीच का?"

"आलोय इंटरव्ह्यूसाठी. पास झालो तर प्रमोशन मिळेल आणि भटकंती टळेल. मग कायम पुण्यात राहू शकेन."

"विश यू बेस्ट ऑफ लक."

"आय रिअली नीड इट."

"का बुवा?"

"थोडं लफडं आहे. मग सांगेन. तू अगोदर तुझ्याबद्दल सांग. हा क्लब आणि मुख्य म्हणजे हा बार, इकडे कधी वळलास?"

टिपण्या म्हणाला, "ह्या बारवर तू जाऊ नकोस. तो आमचा पराभव आहे."

"का? चालत नाही?"

"नको इतका चालेल. पण गुत्ता चालवणं हा आमचा हेतू नाही. आमचं जे मुख्य सामाजिक कार्य आहे, त्या कार्यासाठी 'बार' हे साधन आहे."

"टिपण्या, सामाजिक कार्य हा फार मोठा आणि म्हणूनच निरर्थक शब्द झाला. कर्तृत्वाचा नेमकेपणा न दाखवता दबदबा निर्माण करणारे शब्द फार काळ जगत नाहीत. तेव्हा नक्की काय करतोस ते सांग."

टिपण्या म्हणाला, "अनेक लोकांना सायकॅट्रिस्टकडे जाण्यापासून वाचवतोय."

मी गोंधळलो.

"आणखीन नीट सांग."

टिपण्या गंभीर झाला. काही वेळ गप्प बसला आणि मग म्हणाला, "हा विषय फार गहन आहे. महाभारतच काय, पण जीवसृष्टी अस्तित्वात आली, तेव्हापासूनचा हा आहे."

"म्हणजे भारतीय परंपरा..."

"जागतिक म्हण."

"ऑलराइट, जागतिक."

"आता बरं वाटलं. त्याचं काय आहे, जेवढी परंपरा मोठी तेवढी एकट्यादुकट्याची

जबाबदारी कमी होते. तसं झालं, की अपयशाचे गोडवे गायला आपण मोकळे.''
मी मनापासून हसलो. टिपण्या म्हणाला, ''माणूस अपयशाला भीत नाही. 'अपयशाचं
खापर फोडायला काही सापडलं नाही तर?' –ह्याची त्याला भीती वाटते.''
टिपण्याचं हे विधान अतिरंजित होतं, पण निरर्थक नव्हतं. तसा तो हुशार होता.
मास्तर म्हणायचे, 'केवळ मत्सरी स्वभावापायी वाया जाईल.'
मास्तरांनी हे वैभव पाह्यलं असतं तर? टिपण्या व्यवस्थित होता. फक्त अजून त्यानं
गोलमाल बोलणं चालू ठेवलं होतं. मी अधीरतेनं म्हणालो,
''टिपण्या, प्लीज कम टू द पॉइंट.''
''आय ॲम कमिंग टू द पॉइंट ओन्ली. फक्त प्रारंभ कसा करावा....''
''मी सांगतो. सायकॅट्रिस्टबद्दल तू मघाशी....''
''येस! मी अनेकांना त्याच्यापासून वाचवलं.''
''कसं?''
''माणसाच्या काही प्राथमिक गरजा असतात. अन्न, वस्त्र, निवारा ह्या नव्हेत. त्या
असतातच. त्यापलीकडे खूप विराट स्वरूपाच्या गरजा असतात. त्याला प्रेम करायला
कुणीतरी हवं असतं. काय?''
''बरोबर.''
''त्या व्यतिरिक्त काही गरजा अशा असतात, की त्या चार-चौघांत व्यक्त करता
येत नाहीत; फॉर एक्झाम्पल...''
मी बिअरचा ग्लास उंचावून दाखवला. टिपण्या म्हणाला, ''एके काळी दारू प्रकाराबद्दल
गुप्तता होती. आता तशी परिस्थिती राह्यलेली नाही. दारूला मोठ्या प्रमाणावर
लोकमान्यता मिळाली आहे. न पिणारा जेव्हा गावंढळ ठरू लागला, तेव्हा लोकांनी
लगेच तिला आश्रय दिला. कष्ट न करता सुधारक बनवणाऱ्या गोष्टी झटपट सर्वत्र
होतात.''
''मग सेक्सच्युअल नीड...''
''ती तर आहेच, पण प्रमाण कमी. मी सांगतो ती गरज फार मोठ्या प्रमाणात आहे.
वय, जात ह्या पलीकडची आहे. त्या गोष्टीचा उच्चार केला रे केला, की तुमची
मनोवृत्ती रोगट आहे, हे जाहीर होतं. त्याला माणूस फार टरकून आहे. त्यापायी
अतिशय टेन्शनमधे बरेचसे वावरत असतात. प्रेम, संताप, संशय ह्या गोष्टी व्यक्त
करता येतात, पण ह्या तिघांनाही मागं सारणारा एक विकार आहे. तो आतल्या आत
दाबून, जन्मभर हसण्याचं नाटक करावं लागतं.''
मी म्हणालो, ''टिपण्या, नमनाला एक बाटली बिअर खूप झाली. आता पटकन
बोल.''
टिपण्या म्हणाला, ''तो विकार म्हणजे मत्सर.''

मी पटकन विचारलं, ‘‘तुझ्या मनात अजून लहानपणी आम्ही तुला बोललो ते सलतंय?’’
तो पटकन म्हणाला, ‘‘वर्षानुवर्षं एखादी गोष्ट जवळ सलत ठेवायची म्हणजे फ़ार मुखवटे वापरावे लागतात. जन्माला येताच लाज सोडल्यामुळे मला कोणताच मुखवटा वापरावा लागत नाही. मत्सरी माणूस ही तर आमची प्रथमपासून ख्याती! पण दोस्त, एक गोष्ट कबूल कर. मी मत्सरी होतो, पण ढोंगी नव्हतो.’’
‘‘एकदम मान्य.’’
‘‘म्हणूनच आपल्या मनात कोणताही सल नाही. लोकांनीसुद्धा माझ्यासारखं व्हावं, म्हणून हा व्यवसाय.’’
‘‘तुझ्यासारखं म्हणजे मत्सरी...?’’
टिपण्या म्हणाला, ‘‘लोक मत्सरी असतातच. फक्त त्याहीपेक्षा ते भेकड आहेत, त्यांनी तसं होऊ नये.’’
मला गोंधळ वाढवायचा नव्हता, म्हणून प्रश्न न विचारता तो सांगू लागला, ‘‘प्रत्येक माणसाला आयुष्यभर कुणाचा ना कुणाचा मत्सर वाटत असतो. ज्या सुखाला आपण लायक आहोत ते दुसऱ्या कुणालातरी मिळतंय, ह्याचं एक ठसठसणारं दुःख तो कायम जवळ बाळगून असतो. आणि त्याहीपेक्षा कुचंबणा अशी, की हे कुठं बोलता येत नाही. त्यासाठी मी एके दिवशी ‘दिलासा मंडळ’ स्थापन केलं...’’
‘‘मस्त नाव आहे.’’
‘‘नावावर तर अनेक खूश झाले. आपल्याला असं नाव का सुचलं नाही, ह्याचाही खेद वाटून, लोकांनी नावापासूनच माझा आणि मंडळाचा मत्सर करायला सुरुवात केली.’’
‘‘कठीण आहे. त्यांना फायर केलंस की नाही?’’
डोळे मिचकावीत टिपण्या म्हणाला, ‘‘त्यांना प्रथम ‘दिलासा मंडळा’चं मेंबर बनवलं. ह्या मंडळाचं हेच नावीन्य आहे. इतर मंडळांत जे वर्ज्य आहे, तेच ह्या मंडळाचं गुंतवण्याचं भांडवल आहे. आपल्याला मत्सर वाटतो, हे सांगणाऱ्यांचंच हे मंडळ आहे.’’
मी गमतीनं विचारलं, ‘‘किती मेंबर्स आहेत?’’
‘‘साडेतीन हज़ार. अर्थात, हा आकडा मागच्या आठवड्यातला आहे. मी आज चार दिवसांनी आलोय. आजचा आकडा आता सेक्रेटरी आले म्हणजे समजेल. अर्थात, वर्गणीदार वाढण्याचा हा सीझन नाही...’’
‘‘ह्याला पण सीझन असतो?’’
‘‘ऑफ कोर्स!’’
‘‘फॉर एक्झाम्पल?’’

"साहित्य-संमेलनं, नाट्य-संमेलनं, साहित्य पुरस्कार जाहीर होतात तो महिना, कोणत्याही स्पर्धांचे निकाल जाहीर झाले म्हणजे, आणि निवडणुका, हे मुख्य सीझन."

मी चक्रावून गेलो.

"ह्यात साहित्यिक पण...?"

"प्रमुख करून. कारण जाहीरपणे त्यांना कुणाशीही वैर करता येत नाही. मनाविरुद्ध एकमेकांच्या कलाकृतींचा गौरव करावा लागतो त्याचा जास्त त्रास होतो. पत्रकारांची संख्या तर फारच मोठ्या प्रमाणात आहे. ते कुणावरही जळायला मोकळे. पण तिथंही काही संकेत पाळावे लागतात. अशी सर्व माणसं इथं येतात. मत्सराला वाट मोकळी करून देतात. मत्सरग्रस्त माणसाला सगळीकडे मज्जाव असतो. इथं मत्सर ही विकृती न मानता स्वाभाविक गोष्ट मानली जाते. त्यामुळे संस्था फार झपाट्यानं वाढत आहे. ही संस्था बुडायची नाही. कारण मत्सरावरच चालणारी संस्था आहे ही. इथं फक्त ढोंगी माणसाला प्रवेश नाही. निखळ मत्सर करणारी माणसं हवीत."

"मत्सराला जाहीर आवाहन केल्यावर ढोंगी माणसं कशाला येतील?"

"तुला लेका, माणूस समजलाच नाही. बाहेर संबंध चांगले ठेवण्याकरता तिथंही संमेलनातून हार घेऊन धावायचं आणि इथंही मेंबर म्हणून यायचं."

"टिपण्या, तुझ्यासारखा जातिवंत मत्सरी विरळा."

"माझं सोड, पण हा क्लब काढून, समाजाची एक फार मोठी गरज मी ओळखली की नाही? –तू नुसता इथं चार दिवस ये. कोण कोण कुणाकुणाचा, किती क्षुल्लक कारणासाठी मत्सर करतो, हे पाहून तुझी झोप उडेल. पण त्याच वेळेला ह्या माणसांना मनातली मळमळ ओकायला एकही अशी जागा मिळाली नसती, तर त्यांनी काय केलं असतं, हाही तुला प्रश्न पडेल. इथं सगळे मेंबर्स जमले, की प्रसन्नपणे, विनासंकोच, इतरांच्या नावानं शंख करतात. कुणी मोटारवाल्यांच्या नावानं, कुणी प्रसिद्धी मिळते त्यांच्या नावानं.... नंबर ऑफ व्हरायटीज..."

मी मधेच विचारलं, "बायका सभासद होतात का?"

"हे काय विचारायला हवं?"

"किती मेंबर्स आहेत?"

"वरच्या मजल्यावर येतोस?"

"माय गुडनेस! आणखी एक मजला आहे?"

"एक? वरचे तीन मजले महिलांकरता आहेत. त्यांना एक मजला पुरतो काय? आता ॲडमिशन्स बंद केल्या आहेत. आता कुणी गळच घातली तर मेंबर करून घेतो, पण लगेच निरनिराळ्या ठिकाणी वनिता मंडळं, भगिनी समाज आहेत, तिकडे त्यांना पाठवून देतो."

‘‘सिम्पली ग्रेट!’’ –मी ग्लास संपवीत म्हणालो. टिपण्या लगेच दुसरी बाटली आणण्यासाठी उठला. मी त्याचा हात धरला.
‘‘पुरे बाबा.’’
‘‘अरे, एका ग्लासनं काय होतंय?’’
टिपण्यानं पुन्हा ग्लास भरल्यावर मी विचारलं, ‘‘बार हे तुझ्या सामाजिक कार्यातलं साधन म्हणालास, ते कसं?’’
‘‘त्याचं काय आहे, मंडळ स्थापन करून मोकळ्या मनानं मत्सर व्यक्त करण्यासाठी हा उपक्रम आहे. ह्यावर सभासदांचा विश्वास बसेना. तो विश्वास संपादन करण्यात खूप दिवस गेले. अजून काही सभासद संकोच करतात. मग बार सुरू केला. आता संकोच कमी करण्यासाठी ड्रिंक्सचा छान उपयोग होतो. पण तरी हा पराभवच. आमचा स्टाफ सभासदांना विश्वासात घेऊन त्यांना बोलतं करू शकत नाही, हा सरळ सरळ अर्थ आहे.’’
‘‘स्टाफ आहे तेवढ्यासाठी?’’
‘‘सायकॉलॉजीचा अभ्यास केलेली आणि मास कम्युनिकेशनवर ॲथारिटी असलेली माणसं आहेत; आणखीन काय हवं? आता सांग, हे सामाजिक कार्य आहे की नाही?’’
‘‘निश्चित. पण टिपण्या, तरी एक शंका आहे.’’
‘‘पूछो.’’
‘‘तुमचं हे ‘दिलासा मंडळ’ फक्त शाब्दिक दिलासाच देतं की, आणखी काही करतं सभासदांसाठी?’’
‘‘त्याचं काय आहे, बहुसंख्य सभासदांचा मत्सर हा विनाकारणच असतो. त्यांना स्वत:ला काहीही कमी नसताना ते इतरांचा मत्सर करतात. अशांना फक्त मोकळेपणी बोलायला मिळालं, की ते नॉर्मलला येतात. ह्या उलट काहींची पात्रता शंकातीत असूनही समाजानं त्यांना बऱ्याच गोष्टी नाकारलेल्या असतात. आम्ही अशांना सर्वतोपरी मदत करतो. कारण त्यांचा मत्सर सकारण असतो. आता मघाशी ते इनामदार आले होते, त्यांची केस जेन्युइन आहे. त्यांना प्रमोशन मिळायलाच हवं; मी त्यांना ते देणार आहे मिळवून.’’
‘‘कसं काय?’’
‘‘त्याचा साहेबच आमचा मेंबर आहे. इथं मंत्र्यांपर्यंत सगळे येतात. ओळखींना तोटा नाही.’’
मी पटकन म्हणालो, ‘‘टिपण्या, माझं काम करशील?’’
‘‘प्रॉब्लेम सांग.’’
‘‘प्रॉब्लेम असा आहे की, माझा चुलत भाऊ आणि मी, आम्ही एकाच डिपार्टमेंटला

एकाच पोस्टसाठी अर्ज केलाय. माझ्या वतीनं शब्द टाकायला कुणी नाही.''

टिपण्या म्हणाला, ''डोंट वरी, सगळ्या पर्टिक्युलर्स दे.''

मी भराभरा त्याला माहिती लिहून दिली. ती वाचत टिपण्यानं विचारलं, ''तुझा इंटरव्ह्यू वाघमोडे नावाचा ऑफिसर घेणार काय?''

''हो.''

''सचिवालयात आहे?''

''हो.''

''डोळे बॉम्बे बरोडा आहेत का?''

''हो.''

''युवर वर्क इज डन.''

''खरंच टिपण्या?''

''हंड्रेड परसेंट.''

''मी तुला काय देऊ?''

''दिलासा मंडळाला मेंबर मिळवून द्यायचा.''

''अवश्य.''

''आणि तू स्वत: पण व्हायचं मेंबर.''

''अरे पण, मला कधी कुणाचा...''

''डोंट ब्लफ. आणि बिअर पिऊन तर अजिबात थाप मारायची नाही. पाहिजे तर आता व्हिस्की घेऊ.''

''अरे पण....''

''माझी फियाट आणि ऑफिस पाहून कळ आली होती की नाही?''

मी मान खाली घातली.

''यह बात है!''

मी मोकळेपणी हसलो. माझा खांदा पकडीत टिपण्या म्हणाला, ''मोकळेपणी कबूल केलं, की हलकं वाटतं की नाही?''

मी पुन्हा हसलो.

''मग आता मेंबरशिपचे पंधरा रुपये आणि तुझ्या प्रमोशनच्या कामाचे पन्नास रुपये दे.''

मी मुकाट्यानं पासष्ट रुपये काढून दिले. तेरा रुपयांची बिअर पाजून, त्याच्या पाचपट पैसे माझ्यापासून वसूल करून 'आलोच' म्हणत टिपण्या त्याच्या ऑफिसात म्हणजे केबिनमधे गेला आणि मी पासष्ट रुपयांचा फटका बसला म्हणून जळफळत राह्यलो.

तेवढ्यात इनामदार आत आले.

ते आत येताच मी म्हणालो, ''इनामदार, ह्या टिपण्याचा मला विलक्षण मत्सर वाटतोय.''

त्या क्षणी एकदम हलकं वाटायला लागलं आणि हलकं वाटायला लागलं, तेव्हाच उलगडा झाला की, टिपण्यात आणि माझ्यात फारसा फरक नव्हता.

■

इन्टिमेट

गजर झाला. जाग आली.

गजर बंद झाला. पुन्हा झोप लागली.

बेल वाजली, पुन्हा जाग आली.

दूधवाला आला आणि गेला.

पुन्हा झोप.

तिसऱ्यांदा बेल वाजली. आता पेपरवाला. बेल वाजल्याबरोबर दरवाजाच्या कडीत पेपर अडकवल्याची खस्खस्. पेपर तसा अडकवताना कधी कधी दरवाजाची कडी पण हलकेच वाजते.

मग शेजारचं घर. विचाऱ्यांच्या घरात बेल वाजते. तीही मला ऐकायला येते.

दिवसाची सुरुवात अशी होते. नाटकासारखी. अशा तीन घंटा झाल्या की, जसा पडदा उघडतात, तसा मी बाहेरचा दरवाजा उघडतो. कडीला अडकवलेला पेपर काढून घेतो. विचाऱ्यांचा दरवाजा उघडला जाण्याची वाट पाहतो. मग विचारे दार उघडतात. आम्ही एकमेकांना 'गुड मॉर्निंग' करतो. आपापल्या घरात जातो.

हा क्रम गेल्या नऊ वर्षांचा. कधी कधी विचारे प्रथम दार उघडून माझी वाट पाहत उभे असतात. तसं झालं, की डोळे मिचकावीत ते म्हणतात,

''वहिनींनी पटकन सोडलं नाही वाटतं?''

''स्वत:वरून बोलू नका.'' मी तिथंच अकाउंट क्लोज करतो.

अगदी पहिल्या दिवशी आमची जेव्हा अशी पहाटे भेट झाली होती, त्या दिवशी मी म्हणालो होतो,

''आज प्रथम माझं तोंड पाहत आहात. दिवस कसा गेला ते रात्री कळवा.''

त्यानंतर मी ते विसरलो होतो, पण विचाऱ्यांच्या ते ध्यानात होतं. संकोच न बाळगता त्यांनी त्या दिवशी मला रात्री बारा वाजता उठवलं. गाढ झोप लागलेल्या माणसाला गजर लावलेल्याप्रमाणं झाला तरी लवकर झाल्यासारखा वाटतो, पण त्या

दिवशी मला तो फारच लवकर होतोय असं वाटलं. नंतर लक्षात आलं, की हा गजर नसून बेल वाजत आहे.

दार उघडलं. दारात विचारे.

"तुम्ही रागावलात तरी चालेल, पण मी तुम्हांला छळणार."

"जरूर."

विचारे मोकळेपणी आत आले.

"वहिनींना उठवा."

"उठवतो. एक मिनिट थांबा."

"थांबत नाही, तोपर्यंत मी माझ्या बायकोला उठवतो."

इतकं बोलून ते उठलेच. त्यांनी त्यांच्या बायकोला उठवलं. मग ते आम्हांला बोलवायला आले. मी आणि तारका त्यांच्या घरी गेलो. दोनच मिनिटांनी विचाऱ्यांच्या स्वयंपाकघरातून मिक्सर सुरू झाल्याचा आवाज आला.

मी तारकाला म्हणालो,

"बघ, त्या काय करताहेत?"

पण तेवढ्यात हातात पुडा घेऊन विचारे बाहेर आले. त्यांनी तारकाच्या हातावर चक्क मूठभर पेढे ठेवले.

"अहो, इतके..."

"जातील तेवढे खा, पण ह्या बॉक्समधे पुन्हा टाकू नका."

तेवढेच पेढे माझ्या हातात कोंबत ते म्हणाले,

"मला रोज पहाटे तुमचं दर्शन द्याल का?"

मी मुद्दाम म्हणालो,

"रोज रात्री असं उठवणार नसलात, तर पहाटे दर्शन जरूर देईन."

"सॉरी म्हणू?"

"भले, अहो, मी रागावलो नाही. असं म्हणणार होतो, रोज जागरण झालं तर पहाटे उठायचं कसं?"

तेवढ्यात तारका म्हणाली,

"अवांतर गप्पा सोडा हो, अगोदर त्यांना पेढे कशाचे हे विचारा की."

मी काही विचारणार तोच विचारे म्हणाले,

"मला एक कंपनीचं कॉन्ट्रॅक्ट मिळालं. मासा मोठा आहे."

"कॉन्ट्रॅक्ट कसलं पण?"

"ते सवडीनं सांगेन. ह्यातून मोकळा झाल्यावर."

"तेही समजलं नाही." मी म्हणालो.

आम्हा दोघांकडे पाहत विचारे म्हणाले,

“ते सगळंच सांगेन; आणि प्रथम तुम्हांलाच सांगेन. त्याचं काय असतं वहिनी, असा एखादा मोठा मासा सापडला म्हणजे काठावर बसून गळ टाकून राहायचा त्रास किमान दोन-तीन वर्षं तरी वाचतो; पण त्याच वेळेला मासा गळ तोडून जाणार नाही ना, हेही पाहावं लागतं. तेव्हा माझं जाळं मजबूत झालं की बोलू.”

तेवढ्यात वहिनी लस्सीचे ग्लास घेऊन आल्या. मिक्सर चालू का केला होता, तेही समजलं.

विचाऱ्यांची आणि आमची ही पहिली मुलाखत.

आज तसंच झालं. प्रथम गजर. मग चिरंजीव गजर बंद करून पुन्हा झोपले. मग दूधवाला. मग पेपर. मी दार उघडलं. पेपर काढून घेतला. विचाऱ्यांच्या दरवाजाकडे पाहत राह्यलो. विचाऱ्यांनी दार उघडलं नाही. ‘नवल आहे’ असं पुटपुटत मी पुढे झालो. दाराची कडी वाजवावी, असा विचार मनात येऊन मी त्यांच्या कडीत अडकवलेला पेपर काढला. कडी वाजवली तर नवल म्हणजे दार आपोआप उघडलं. ‘ह्याचा अर्थ काय? दार रात्रभर उघडच होतं काय? कमाल आहे!’ मी मग हातानं चाचपून पाहिलं. तर लॅचचं बटण खाली केलेलं. मी मग ते व्यवस्थित केलं. त्याबरोबर त्याची खिटी बाहेर आली. मग वाटलं, ‘आत जावं. विचाऱ्यांना उठवावं. रात्रभर दार उघडं राह्यल्याची जाणीव द्यावी.’ पण तो विचार मी अंमलात आणला नाही. मनात म्हटलं, ‘तोपर्यंत माझा दरवाजा लागला तर!’

मग मी पेपर नीट टेबलावर ठेवला. त्याच्यावर व्यवस्थित पेपरवेट ठेवला आणि विचाऱ्यांचं दार ओढून घेतलं. लॅच लागल्याचा आवाज आला, तरी एकदा दरवाजा ढकलून तो लागल्याची खात्री करून घेतली. घरात आलो.

सकाळचा पहिला चहा घेताना विचारे रात्रभर दार उघडं ठेवून झोपले होते, ही बातमी तारकाला सांगितली आणि नंतर मी चक्क ते सगळं विसरून गेलो. कामावर जाताना तारकानं सांगितलं,

“संध्याकाळी जर फार उशीर झाला मला तर काळजी करू नका. मी हेमाकडे राहिले असं समजा.”

–मी तेही विसरलो होतो.

“पाहताय काय? विसरलात ना?”

“होतो, पण आता आठवलं. डोहाळजेवण ना?”

“नशीब माझं!”

“सांभाळून जा.”

“मी काय लहान आहे?”

“सांगावंसं वाटलं, सांगितलं.”

"संध्याकाळी न्यायला याल?"
"कुठं? ठाण्याला? ग्रेट आहेस!"
"ग्रेट काय? कधी जाता का तिच्याकडे?"
"जमणार नाही. विनयला घेऊन जा."
"विनय येणार? तो तुमचा मुलगा आहे."
"ऑफ कोर्स."
"आज दिवसभर झोपून राहणार आहे, असं कालच त्यानं जाहीर केलंय."
"कॉलेजचं काय?"
"दोन पिरियड्स ऑफ आहेत आणि दोन त्याला आवडत नाहीत."
"ह्याचा अर्थ काय?"
"त्यातला एक चंपीचा आहे."
"चंपी कोण?"
"न आवडणाऱ्या प्रोफेसरणीला त्यानं ठेवलेलं नाव."
"आनंद आहे!"
"जुना आहे, तुम्हांला आज कळतोय."
"तेच बरंय."
"तुम्ही सुटता! मी अडकते." तारकाचं संपेचना.
मी मग निरोप घेता घेता म्हणालो, "श्रीमंत पंतप्रतिनिधी विचारे भेटले, की त्यांना सांग दाराबद्दल."

कामावर आलो. भाजेकरांच्या केबिनवरचा पंखा फिरताना मला बाहेरूनच दिसला. हातातली ब्रीफकेस मी टेबलावर ठेवली. आणि खुर्चीवर अंग लोटून दिलं. बेल वाजवली. शिपाई आला.
"भाजेकर आले आहेत, का त्यांचा पंखा चुकून लावलास? नसतील आले तर बंद कर."
"आले आहेत."
"आले का? दॅट्स फाईन!"
मी इंटर-कॉम उचलला. त्यांनी उचलल्याबरोबर मी विचारलं, "तुम्ही येता की मी येऊ?"
"आलोच–"
"फोन जाग्यावर ठेवेठेवेतो भाजेकर आले.
"काय साहेबा, पत्ता काय?.. अं?.. भल्या माणसा, चक्क पाच दिवस दांडी? न सांगता?"

"तुम्ही हे सगळे प्रश्न विचारणार असं म्हणतच त्या दिवशी मुंबई सोडली. अर्थात, मी पाच दिवस कामावर येऊ शकणार नाही, ह्याची मला त्यादिवशी कल्पना नव्हती.''

"कुठं गेला होता दौरा?''

"बडोदा.''

"तुमच्या बंधूंकडे?''

"होय.''

"थोरली पाती का धाकटी पाती?''

"नंबर दोनकडे, थोरली पाती.''

"गाडीवाले?''

"तेच.''

"त्यांच्या फियाटची आता काही तक्रार नाही ना?''

"गाडीपेक्षा तक्रार त्याची स्वतःचीच जास्त असते. जरा खुट् आवाज झाला, की मेकॅनिकला फोन जातो.''

"फोनवरून आठवलं. त्यांना प्रियदर्शनी मॉडेल शेवटी मिळालं की नाही?''

"मिळालं.''

"मग आता तब्येत खूश?''

"छे! खूश कुठली? त्याच्या स्वभावातच नाही ते. घरातली कोणतीही गोष्ट कधीही बिघडता कामा नये, हीच त्यांची मागणी. त्यामुळे गाडी बिघडली, की मेकॅनिकला फोन आणि फोन बिघडला, की गाडी घेऊन एक्स्चेंजच्या ऑफिसात.''

"भाजेकर, मला एक समजत नाही, ही अशी माणसं बिघडणाऱ्या वस्तू घेतात कशा?''

"म्हणजे काय?''

"म्हणजे जास्तीत जास्त आयुष्य यंत्रावर अवलंबून कसं ठेवतात?''

भाजेकर म्हणाले, "आमच्या बंधूंचं तसं नाही. पण काय झालं, अचानक बराच पैसा हातात आला. एजन्सी झपाट्यानं वाढेल असं वाटलं नव्हतं. पैसा आला, की इतर गोष्टी येतात. आता घरात बैठकीच्या खोलीला त्यांनी वॉल पेपर लावला...''

"आणि तो दोन वेळा बदलून घेतला.''

भाजेकरांना मी वाक्य पुरं केलेलं पाहून नवल वाटलं.

त्यांनी साश्चर्य विचारलं,

"हौ यू नो दॅट?''

"मागच्या महिन्यात तुम्ही त्यांचं आलेलं पत्रच समोर ठेवलं होतं माझ्या.''

"येस, येस... आठवलं. आता तुम्हीच सांगा. दोन कागदांचा सांधा जुळवताना,

डिझाइन जरा खालीवर झालं. तसा तो डिफेक्ट कुणालाही दिसला नव्हता. फक्त आमच्या बंधूंना दिसला. खलास. त्यांचा एक ठोका चुकलाच. ग्रेट आहेत.''

''विलक्षण म्हणा. नुसतं ग्रेट काय!''

''त्याचं काय झालं, तो खरा तर असा नव्हताच. पण पैसा आला आणि रिकामपण आलं. आपल्याला इथं स्वत:च्या प्रकृतीसाठी वेळ काढता येत नाही. त्याला वेळ कसा घालवावा हे कळत नाही. मग डोक्यातून हे असं काहीकाही निघतं. बँकेत खातं उघडतानाही हवा असलेला नंबर येईपर्यंत थांबतो. तीन ठिकाणी खातं आहे. पंचावन्नशे, पासष्ठशे, पंचाहत्तरशे असे नंबर मिळवून घेतलेत.''

मी मधेच विचारलं,

''पंचावन्नपासून प्रारंभ का?''

''कारण नव्या गाडीचा नंबर 'पंचावन्न-चौपन्न' आहे.''

''हाही मिळवलेला?''

''अर्थात!''

''अफाट आहे!''

''त्याचा तुम्हांला, या वेळी समजलेला उपक्रम सांगतो. घरी एक क्लार्क ठेवलाय टेंपररी. म्हणजे फक्त दहा दिवसांसाठी.''

''भले.''

''त्यानं घरातल्या सगळ्या वस्तूंची यादी करायची.''

''सगळ्या वस्तू म्हणजे...''

''भांडीकुंडी, कपडालत्ता, फर्निचर... थोडक्यात म्हणजे माणसं सोडून, घरात जे जे उरतं, त्या सगळ्याची यादी. स्वयंपाकघरातल्या भांड्यावर नाव घालण्याकरता दुकानात जे यंत्र असतं, तेही त्यानं आणवलं. तो क्लार्क नाव घालायचं कामही अधूनमधून करतो.''

भाजेकर थांबले.

मीही जरा वेळ थांबलो. इंटरकॉम वाजला. रेग्यांना फोनवरूनच आवश्यक त्या सूचना दिल्या. आमच्या दोघांसाठी शिपायाकरवी चहा मागवला.

चहा घेता घेता मी भाजेकरांना म्हणालो,

''भाजेकर, हे सगळं झालं. पण पाच दिवसांच्या गुंगाऱ्याचं काय?''

चहा संपवीत भाजेकर म्हणाले,

''तेच सांगतो. आमच्या बंधूंकडे एक पामेरियन आहे...''

त्यांना मधेच थांबवीत मी म्हणालो,

''त्या विषयावर एक ग्रंथ लिहिता येईल, एवढं मला तुमच्या बंधूंनीच ऐकवलं आहे. त्या पिल्लाला फक्त अंगावर पाजणं शक्य नव्हतं, नाहीतर तुमच्या बंधूंनी एक दाई

ठेवली असती. बरोबर ना?''
''त्यानंच घोटाळा केला.''
''काय केलं?''
''चार दिवस त्यानं उपोषण केलं. खाणं, पिणं, खेळणं, काही नाही. आणि वहिनी एके दिवशी त्याला जवळ घ्यायला गेली, तर रक्त येईतो ते तिला चावलं.''
''माय गुडनेस!''
''मग धावाधाव विचारू नका. बंधू म्हणाले, ह्या क्षणी डॉक्टरकडे चला. त्यावर वहिनींचं, 'विशेष काही नाही हो, होईल बरं.' वगैरे सुरू झालं. बंधू म्हणाले, 'गाडी पाठवून डॉक्टरांना आणतो.' त्यावर पुन्हा वहिनीसाहेब, 'काहीतरीच काय? ते काय म्हणतील..' करत उठल्या. गाडी काढली, तर जरा स्टार्टिंग ट्रबल वाटला. झालं. बंधूंनी गाडी पुन्हा गॅरेजमधे टाकली. स्कूटर काढली आणि तिथंच सगळं बिनसलं.''
''कसं काय?''
''कोपऱ्यावर वळताना स्कूटर घसरली. वहिनी मागच्या मागं फेकली गेली. दगडावर डोकं आपटलं.''
''काय, सांगता काय?''
''त्या दिवसापासून अन्कॉन्शस आहेत.''
भाजेकरांकडून हे समजताच मी उतावीळपणे म्हणालो,
''भाजेकर, तुम्ही ग्रेट आहात आणि मी त्याहून ग्रेट आहे.''
''ते कसं?''
''ही महत्त्वाची गोष्ट प्रथम सांगायच्या अगोदर आपण अवांतर बडबड केली.''
''दॅटस ऑलराइट! मी सगळ्यांना तेच तेच सांगून इतका कंटाळलो होतो; मलाही तो विषय उशिराच काढायचा होता. कारण आता आपण अवांतर काही बोलू शकणार नाही.''
''ऑफ कोर्स. बरं, हौ इज शी नाऊ?''
''स्टिल अन्कॉन्शस.''
''काय सांगता काय?''
''हो ना, काय करणार? सगळं लक्ष बडोद्याकडेच आहे. आमचे मधले बंधुराजपण तिथं नाहीत.''
''अरे, यू शूड हॅव नॉट रिझुम्ड.''
''तसंच म्हणताय...''
''सही केली का?''
''अजून नाही.''
''मग आता अशीच रजा वाढवा. तुमचं टेबल मी सांभाळीन.''

“व्हेरी काइंड ऑफ यू!”
“डोंट मेन्शन अँड डोंट वेट ऑल्सो.”
“जातो ना, कुटुंबाला नेतो आता. वहिनीजवळ कुणीतरी हवं आता चोवीस तास.”
“डॉक्टर काय म्हणतात?”
“अजून काही सांगू शकत नाहीत. शी इज ऑन द फेन्सिंग म्हणतात. इकडे किंवा तिकडे काहीही होऊ शकतं.”
“कोणते डॉक्टर?”
“पाच डॉक्टर आहेत. सगळे धन्वंतरी. आमच्या बंधूंच्या क्लबमधलेच सगळे. उपचारांची शिकस्त चालली आहे. मी तार मिळताच गेलो. हॅमरेज आहे म्हणतात.”
“म्हणजे सेरेब्रल?”
“तसंच बहुतेक. ब्लीडिंगही खूप झालं. मला दोनदा ब्लड डोनेट करावं लागलं. जरा थकवा आला म्हणून राह्यलो. वहिनीचा आणि माझा ब्लड ग्रुपही एकच निघाला. आर एच बी पॉझेटिव्ह, पाच दिवस कसे काढले विचारू नका. त्यात शिस्तीच्या बाबतीत शेवटचे टोक गाठलेले बंधू... कोणत्या खात्यातले पैसे कशासाठी, इथपासून नियम.”
“म्हणजे वहिनींच्या बरोबरीनं हेही सांभाळायचं.”
मी असं म्हटल्यावर भाजेकर क्षणभर थांबले आणि म्हणाले, “अति सर्वत्र वर्ज्ययेत असं आपण म्हणतो. पण हे म्हणताना ‘अति’च्या कितीतरी अलीकडे आपण थांबलेले असतो. आपल्याला काहीच करायचं नसतं. बंधूंच्या ह्या शिस्तीपायी कितीतरी कामं सोपीही झाली. डॉक्टर मंडळींना, पेशंटला ह्यापूर्वी काही झालं होतं का, ह्याची हिस्टरी हवी असते. आमच्या बंधूंकडे प्रत्येक व्यक्तीची हिस्टरी लिहिलेली सापडेल. ऑफिसातदेखील, तो प्रत्येकाच्या बाबतीत तितकाच जागरूक आहे. ही नोज एव्हरीथिंग ऑफ एव्हरीबडी. त्यामुळे माणसं हा हा म्हणता गोळा झाली. केव्हातरी ह्या सगळ्याचा विचार करावासा वाटतो–”
भाजेकर निरोप घेऊन गेले. मी कामाला लागलो.
रेग्याचा फोन आला–
“साहेब...”
“बोला.”
“वॉर्ड ऑफिसला फोन करायचा आहे ना?”
“अरे हो, विसरलोच. आठवण केल्याबद्दल थँक्स!”
फोन खाली ठेवून मी ऑपरेटरला सांगितलं,
“मला जरा वॉर्ड ऑफिस जोडून द्या.”
ऑपरेटर म्हणाला,

"बाहेरचा कॉल आलाय तो घ्या आधी. नंबर मग देतो."
"ऑलराइट."
त्यानं नंबर जोडला...
"हॅलो..."
"बोला."
"काळे आहेत का?"
"बोलतोय."
"मी दळवी बोलतोय."
"कोण दळवी?"
"सोसायटीतला."
"अरे, तुम्ही का? सॉरी हं! आमच्याकडे आणखी एक दळवी आहेत म्हणून–"
"इटस् ऑलराइट!"
"बोला."
"बातमी जरा वाईट आहे."
"असं?"
"तुमचे पडोसी विचारे..."
"त्याचं काय?"
"ही हॅज कमिटेड सुइसाइड."
"इम्पॉसिबल..!" मी ओरडलोच.
"तुम्हांला धक्का बसणं स्वाभाविक होतं, पण काय करणार? इट्स फॅक्ट... अ व्हेरी ट्रॅजिक..."
"तुम्ही सोसायटीतूनच..."
"नाही. मी कॉरोनर कोर्टातून बोलतोय. आम्ही सगळे इथं आलो आहोत. ओळखी आहेत, तेव्हा काम लवकर होईल. येता ना?"
"निघालोच."
फोन ठेवला. तसाच बसून राह्यलो.
ताकदच गेली. मेंदूत तर काय होतंय, हेच कळेना!
विचारे? आणि आत्महत्या?.. व्हाय फॉर?..
आपल्या हातानं आपलाच डाव असा उधळता येतो?..
प्रश्नमाला संपायच्या आत मी कॉरोनर कोर्टापुढच्या आवारात पोहोचलो.
सोसायटीतले झाडून सगळे जमले होते. मला पाहताच सगळ्यांनी मला गराडा घातला. मी काही विचारण्यासाठी तोंड उघडायच्या आत दळवी म्हणाले,
"तुम्ही अगोदर तोरसकरांकडे चला, ही इज वेटिंग फॉर यू."

“तोरसकर कोण?”
“पोलीस इन्स्पेक्टर.”
हा प्राणी कसा असेल, ह्याचा विचार करीत मी दळवींच्या पाठोपाठ निघालो. युनिफॉर्म ह्या गोष्टीबद्दल मी लहानपणापासून धसकाच घेतला आहे. शाळेतला गणवेशसुद्धा त्यात आलाच. तिकीट चेकर, पोलीस, गुरखा, नर्सेस, सिस्टर्स, मिलिटरी, नेव्ही, 'बेस्ट' नाव अकारण लावणारे कंडक्टर्ससुद्धा. एक पोस्टमन वगळला, तर बाकीच्या या थोर मंडळींपासून मी कायम दूर राहायची धडपड करतो. समोर उभा राहणारा माणूस आपण त्याच्या अंगावर ओरडण्यासाठीच आपण जन्माला आलोय, हे युनिफॉर्म शिकवतो.
'तोरसकर कसे असतील?'
अंदाज चुकला. इन्स्पेक्टर तोरसकर संपूर्ण माणसाळलेले होते.
“बसा... आपण काळे?”
“होय.”
“तुम्हांला तसदी द्यावी लागली.”
तोरसकरांच्या ह्या वाक्याला मी कुठं सौजन्य-सप्ताहाचा बोर्ड दिसतो का, ते पाहायला लागलो.
“इटस् ऑलराइट.”
“तुम्ही विचाऱ्यांचे अगदी इन्टिमेट ना?”
“हो, म्हणजे गेली नऊ वर्षं...”
“आय नो दॅट. सोसायटीतल्या मेंबर्सनी सांगितलं ते.”
“त्यांना काय झालं एकाएकी...?”
मला थांबवत तोरसकर म्हणाले, “झालं काही नाही. सुइसाईडची केस आहे. नो डाउटस अबाउट इट. फक्त एकच कोडं उलगडत नाही. सी, इफ यू कॅन नो दॅट—”
“कशाबद्दल?”
“अजून पोस्टमार्टेम व्हायचंय, पण डॉक्टरांच्या अंदाजानुसार रात्री साडेअकरा ते साडेबाराच्या दरम्यान प्राण गेला असावा.”
“असं?”
“येस. पण घोटाळा पुढे आहे. साडेबाराच्या सुमारास जर विचारे गेले असतील, तर सकाळी त्यांच्या टेबलावर पेपरवेटखाली व्यवस्थित पेपर कुणी ठेवला होता, ह्याचा पत्ता लागत नाही.”
टाळक्यात लख्ख प्रकाश पडला.
मी पटकन म्हणालो, “ते मला माहीत आहे.”

''तो अंदाज मी केला होता. तुमच्याकडून जास्त माहिती मिळणार, म्हणूनच तुमची वाट पाहत होतो.''

मी सगळा क्रम आठवीत म्हणालो,

''पहाटे साडेपाच-सहाच्या सुमारास मी उठलो. दाराला लावलेला पेपर काढला. विचाऱ्यांची वाट पाह्यली. आमच्या दोघांच्या दिवसाची सुरुवात एकमेकांना भेटून होते.. गेली नऊ वर्षं...''

पुढं बोलणं मला अशक्य झालं.

तोरसकरांनीही तेवढी सवड दिली.

मी केलेला खुलासा शंभर टक्के पटला. ते म्हणाले, ''तुम्ही त्यांची गोदरेज लॅच बंद केलीत, म्हणून आम्हांला दार फोडावं लागलं.''

''प्रथम कुणाला कळलं?'' मीच दळवींना विचारलं.

दळवी म्हणाले, ''त्यांची आणि आमची मोलकरीण कॉमन आहे. विचारे बाहेर जाताना दुसरं कुलूप बाहेरून लावल्याशिवाय जात नाहीत. मग आळीपाळीने आम्ही हाका मारल्या, कड्या वाजवल्या. शेवटी समोर सिधयांच्या ब्लॉकमधे गेलो. पाहतो तो विचारे झोपलेले दिसले. तिथून आम्ही चक्क पाण्याच्या नळीनं त्यांच्या अंगावर पाणीसुद्धा मारून पाह्यलं. मग आम्ही घाबरलो. तोरसकर माझे क्लासमेट. त्यांना फोन केला. हातातलं काम टाकून ते आले. त्यांच्यामुळं पुढं सगळ्या गोष्टी झटपट झाल्या...''

दळवीनं खुलासा केल्यावर तोरसकर म्हणाले, ''आपल्याला आता वेळ थोडा आहे. काही काही निर्णय झटपट घ्यावे लागतील.''

''तुम्ही सांगाल ते करतो आम्ही.''

''प्रथम मिसेस विचाऱ्यांना हे कळवावं लागेल.''

''त्या आठच दिवसांपूर्वी कोल्हापूरला गेल्या आहेत, माहेरी.''

''ठीक आहे. त्यांचा कोल्हापूरचा पत्ता सांगा. तार करू.''

तोरसकरांनी असं म्हणताच मी दळवीकडे पाह्यलं.

दळवींनी विचारलं, ''एनी प्रॉब्लेम?''

''चांगलाच मोठा प्रॉब्लेम. त्यांचा कोल्हापूरचा पत्ता मला सांगता येणार नाही. वहिनींचं माहेरचं आडनावसुद्धा मी सांगू शकणार नाही.''

दळवी म्हणाले, ''नवल आहे. आम्हांला वाटलं, तुम्ही ही माहिती नक्की देऊ शकाल.''

''कधी वेळच आली नाही तशी.''

''इतक्या वर्षांत...''

''दळवी, तुम्ही सगळे रमी खेळायला जमता. गेले सहा वर्षं तुमचा क्लब जोरात

चाललाय. आता तुम्ही सांगा. किती मित्रांच्या बायकांची माहेरची आडनावं तुम्हांला माहीत आहेत?''
''नाही, म्हणजे, व्हॉट यू से...''
''फार कशाला, माझ्या सासुरवाडीचं आडनाव सांगा.''
''नाही बुवा, नाही माहीत.''
''असंच होतं. मुद्दाम कोण विचारतो?''
तोरसकर एकीकडे काहीतरी लिहित होते. पण त्याच वेळेला त्यांचे कान आमच्याकडे होते. आमचं बोलणं संपताच त्यांनी विचारलं,
''ठीक आहे. विचाऱ्यांचे आणखीन कोणी नातेवाईक इथं कुठं असतील, तर ते सांगा.''
मी पटकन म्हणालो,
''त्यांना नातेवाईक फारसे कुणी नव्हतेच. त्यांचा एक मावसभाऊ वसईला राहतो आणि नवस बोलल्याप्रमाणे महिन्यातून दोन वेळा येऊन ख्यालीखुशाली विचारून जातो. पण...''
''काय, पण काय?''
''परवा पंधरा तारखेला तो येऊन गेला. आता एक तारखेशिवाय तो येणार नाही.''
''आपण त्याला गाठू. त्याचा पत्ता द्या.''
मी गप्प बसलेला पाहून तोरसकरांनी विचारलं,
''तोही पत्ता माहीत नाही का?''
मी मानेनं नकार दिला.
तोरसकरांनी माझं तेही अज्ञान मनावर न घेता मला विचारलं,
''विचारे काय करीत होते?''
''त्यांचा बिझिनेस होता.''
''कसला?''
''त्याचाही त्यांनी नीट कधी पत्ता लागू दिला नाही. 'स्क्रॅप मटेरियल' असं एकदा म्हणाले होते. बाकी काही नाही. बोलताना मोघम बोलत. मासा सापडलाय, गळ तुटला, जाळं कच्च निघालं, काठावर बसलोय, आमिष बांधलंय, भरती-ओहोटी... कायम ही भाषा.''
''घरात संघर्ष?''
''फारसे नाहीत. कारण दिवसाचे अठरा तास हा प्राणी कामातच असायचा.''
''मित्रमंडळ?''
''जवळजवळ नाही.''
''स्वभाव?''

“एकदम जॉली!”
“पैसा?”
“असावा.”
“खातं कोणत्या बँकेत होतं?”
“माहीत नाही.”
“ह्यांच्या नातेवाइकांना आत्ता कसं कळवायचं?”
“साहेब, प्रॉब्लेम आहे.”
तोरसकर आत्ता जरा रेस्टलेस झाले. ते म्हणाले,
“तुमची आणि त्यांची नऊ वर्षं मैत्री आहे आणि... आणि... मिस्टर काळे, यू नो नथिंग अबाउट हिम– नातेवाईक मिळेपर्यंत त्या बॉडीचं काय करायचं?”
“तोरसकर, आय ॲम एक्स्ट्रिमली सॉरी.”
“तुम्हांला मी आता काही विचारीत नाही. तुम्ही त्यांच्याबद्दल जे जे माहीत आहे, ते ते सांगा.”
“काय सांगू? त्यांच्या-माझ्या कॉलरचा नंबर एकच होता. त्यांना फक्त आरलेम बिअर आवडत असे. पावसाळ्याचा सीझन आला, की ते वैतागून जात. बस्स! मला एवढीच माहिती आहे.”
तेवढ्यात तोरसकरांना बोलवायला कुणीतरी आलं. ड्रॉवरमधलं पत्र काढून माझ्या हातात देत ते ‘आलोच’ म्हणत बाहेर पडले.
पत्र विचाऱ्यांचं होतं –
“मी राजीखुशीनं आत्महत्या करीत आहे. माझ्या ह्या मरणाबद्दल कुणालाही जबाबदार धरू नये. गेले महिनाभर हा विचार मनात होताच. सौभाग्यवतीला मुद्दाम माहेरी पाठवलं आहे. माझ्या बाबतची कोणतीही माहिती माझे इन्टिमेट स्नेही काळे ह्यांना विचारावी.”
मी चिठ्ठी वारंवार वाचत होतो. त्यातला ‘इन्टिमेट’ हा शब्द मला छळत होता. केव्हातरी बोलताना विचारे म्हणाले होते, ‘आपली मराठी भाषा रांगडी तर आहेच, पण कर्कश आहे. ‘जीवश्च कंठश्च’ अशी ओळख करून द्यायची म्हणजे काहीतरीच वाटतं.’
मी विचारलं होतं, “मग काय करू या?”
“मग साहेबांचा शब्द पळवा.”
आणि त्यानंतर मी विचाऱ्यांची आणि विचारे माझी ‘इन्टिमेट’ अशी ओळख करून द्यायला लागलो.
आता तो शब्द माझा उपहास करीत होता. एक मित्र आत्महत्येचा महिनाभर विचार करीत असतो, त्याचा दुसऱ्याला पत्ताही नसतो. आम्ही एकत्र ट्रिप्स काढल्या, नाटकं

पाह्यली, हॉटेलात बिल भरण्यासाठी भांडलो, आमची कॉलर एकाच मापाची. त्यांना आरलेम आवडत होती.

संपलं!

एका इन्टिमेट मित्राला त्याच्या जवळच्या मित्राची एवढीच वरवरची माहिती होती. विचाऱ्यांची ती चिठ्ठी मला विचारीत होती, 'बोल, तुला मग काय माहीत आहे?' मी म्हणालो,

''बडोद्याला माझ्या मित्राची, भाजेकरची एक वहिनी आहे. तिच्या गाडीचा नंबर, बँक अकाउंट नंबर, वॉलपेपर, इतकंच नव्हे, तर तिचा ब्लड ग्रुप कोणता आहे, हेही माहीत आहे; आणि मला आत्ता हेही माहीत आहे की, ह्या अनावश्यक माहितीचा मला काहीही उपयोग नाही. त्या वहिनीला मी पाह्यलेलंपण नाही.''

विचाऱ्यांचं ते अक्षर मला खो खो हसायला लागलं. हसता हसता ते म्हणालं, ''माय इन्टिमेट, आता शेवटचा प्रश्न. भाजेकरच्या वहिनींची तुला सगळी माहिती आहे. आता फक्त भाजेकरांच्या बायकोचं माहेरचं आडनाव सांगशील का?''

विचाऱ्यांची चिठ्ठी मी दळवींकडे दिली.

■

'वरलिया रंगा'चा भेद करून माणसाच्या खऱ्या रंगाचे
दर्शन घडविणारा कथासंग्रह

का रे भुललासी

वपु काळे

'का रे भुललासी' हा वपुंचा कथासंग्रह 'वरलिया रंगा'चा भेद करून माणसाच्या खऱ्या रंगांचे दर्शन घडवितो.

माणसाला जीवनात वेगवेगळ्या प्रकारचे मुखवटे घालून वावरावे लागते. प्रसंग निराळे तसा मुखवटाही निराळा, त्यात माणूस आपले अंतरंग, सुख-दुःखे, प्रेम, प्रतारणा, भ्याडपणा, हताशपणा, सूड लपवत जगत असतो. हे मुखवटे, बुरखे परिस्थितीनुरूप घालावे लागतात तर लबाडपणाने घातलेले बुरखे वेगळेच असतात!

प्रत्येकाचा जगाकडे पाहण्याचा एक वेगळाच दृष्टिकोन असतो. आपण आपल्याच रंगांनी माणसं, प्रसंग रंगवू पाहतो. खुल्या मनाने, खुल्या दिलाने विचार करत नाही. दुसऱ्यावर आपले विचार लादू पाहतो. हे ही एक प्रकारचे मुखवटेच की!

वपुंच्याच भाषेत सांगायचं झालं तर, ह्या वरवरच्या भुलण्यामध्ये आपल्याला माणसाचे, जगाचे, निसर्गाचे खरे रंग कधी सापडतच नाहीत.

www.ingramcontent.com/pod-product-compliance
Lightning Source LLC
Chambersburg PA
CBHW060818250626
47162CB00005B/1841
* 9 7 8 8 1 7 7 6 6 3 1 9 8 *